ஒரு மனிதன்
ஒரு காடு
ஓர் உலகம்

சந்துரு

இயற்பெயர் சு. சந்திரசேகரன். இயற்கை ஆர்வலர், ஆய்வாளர். தாவர உண்ணி, வேட்டையாடிப் பறவை, ஃபிளமிங்கோ உள்ளிட்ட உயிர்களை ஆய்வு செய்துள்ளார். கூந்தகுளம் பறவைகள் காப்பகத்தின் ஆலோசனைக் குழு உறுப்பினராக இருந்திருக்கிறார். மன்னார் வளைகுடா, கோயம்புத்தூர், சத்தியமங்கலம் உள்ளிட்ட பகுதிகளில் பறவைகள் கணக்கெடுப்பு நடத்தியுள்ளார். பல கருத்தரங் கங்களில் பங்கேற்று, ஆய்வறிக்கைகள் சமர்ப்பித் திருக்கிறார். இந்து தமிழ் திசை உள்ளிட்ட இதழ்களில் இவருடைய சூழலியல் கட்டுரைகள் வெளிவந்துள்ளன.

ஒரு மனிதன்
ஒரு காடு
ஓர் உலகம்

சந்துரு

கிழக்கு

ஒரு மனிதன் ஒரு காடு ஓர் உலகம்
Oru Manidhan Oru Kaadu Orr Ulagam

by Chandru ©

First Edition: December 2023
168 Pages
Printed in India.

ISBN : 978-81-967919-7-1
Kizhakku - 1356

Kizhakku Pathippagam
177/103, First Floor, Ambal's Building, Lloyds Road,
Royapettah, Chennai - 600 014. Ph: +91-44-4200-9603
Email : support@nhm.in   Website : www.nhm.in

kizhakkupathippagam   kizhakku_nhm

Author's Email: hkinneri@gmail.com

Kizhakku Pathippagam is an imprint of New Horizon Media Private Limited

இயற்கை ஆய்வுகளில்
என்னை வழிநடத்திச் சென்ற
திரு.கோனேரி ராவ் அவர்களுக்கு.
நண்பர், தத்துவவாதி, முன்னாள் பொருளாளர் -
மெட்ராஸ் இயற்கையாளர் சங்கம்.

உள்ளே

முன்னுரை

காட்டுயிர் என்று சொல்லும்போது, பலரும் அது நாட்டில் அல்லது நகரத்தில் அல்லது நம்மை அடுத்து இருக்க வாய்ப்பில்லை என்று கருதுகிறார்கள். காட்டிலே வாழ்ந்தால்தான் காட்டுயிர் (wildlife) என்று நினைக்கிறார்கள். ஆனால், பழக்கப்படுத்தப்படாத (non-domesticated) எல்லா உயிரினமும் காட்டுயிர் என்ற வரையறையைப் பலர் புரிந்து கொள்ளவில்லை. அந்தக் கணக்கில் நாம் நாள்தோறும் காணும் பட்டாம்பூச்சிகள், மண்புழுக்கள், வவ்வால்கள், பெருச்சாளிகள், சுதந்திரமாகத் திரியும் பறவைகள் எனப் பலவும் காட்டுயிர் என்றே அறியப்படும். எனவே, நாம் நம்மைச் சுற்றிக் கூர்ந்து நோக்கினாலே பல காட்டுயிர்களைக் காணலாம்!

இந்தப் புத்தகத்தில் அது போன்ற காட்டுயிர்களையும், காட்டில் காணுகின்ற உயிர்களையும் நான் அறிந்த படியும், பார்த்தபடியும் விவரித்துள்ளேன். சத்தியமங்கலம் வீட்டிற்கருகில் நடந்த நிகழ்வுகள்; பில்லூர் பரலி வளாகத்தில் நிகழ்ந்தவை; என்று இந்தத் தொகுப்பு விரியும். பில்லூர் பரலி வளாகத்தில் நிகழ்ந்தவை 1994 முதல் 96 வரையிலான காலத்தவை. அதனால் இன்றைய நிலைக்குச் சற்று மாறுபடலாம்.

கானுயிர் குறித்த, எந்த நினைவும் மீண்டும் நோக்கும்போது, பெரும் மகிழ்ச்சியைத் தர வல்லது. அதுவும் சிற்சில தசாப்தங்களுக்கு முன் நடந்தவற்றை இன்று நினைவு கூர்ந்து அசை போடுவது என் போன்ற காட்டுயிர் ஆர்வலர்களுக்கு மிகவும் உவப்பான விஷயம்! என்ன, நல்ல நினைவாற்றல் இருந்தால், நுணுக்கமான விவரங்களைத் தெளிவாக எழுத

முடியும். எனக்கு அந்த விஷயத்தில் நல்ல வேளையாக எந்தத் தொல்லையும் இல்லை என்பதோடு, அந்தச் சூழ்நிலை மற்றும் இடம் போன்றவற்றையும் நினைவு கொள்வது இதுவரை எளிதாகவே உள்ளது. அதனால், அந்தத் தாக்கத்தைக் கொண்டு வர முடிகிறது.

இந்த தொகுப்பில், நாம் அன்றாடம் காணுகின்ற சாதாரண நிகழ்வு அல்லது பறவைகள் குறித்த தகவல்கள்; பில்லூர் பரலி வளாகத்தில் நேர்ந்த அனுபவங்கள் என்று கலவையாகச் சில கட்டுரைகளைத் தந்திருக்கிறேன். படிப்பதற்குச் சுவாரஸ்யமாக இருக்கும் என்று நம்புகிறேன்!

அந்தந்த தலைப்பில் அமைந்த கட்டுரையில், சம்பந்தப்பட்ட நபர்களின் பெயர் மற்றும் உதவிகளை நான் குறிப்பிட்டிருந் தாலும், இங்கு மொத்தமாக அவர்களை நினைவு கூருதல் நல்லது என்று நினைக்கிறேன். பில்லூர் பரலி வளாகத்தில் என்னுடைய பல பயணங்களுக்கு மிகவும் உதவியாக இருந்த செயற் பொறியாளர் திரு நரேந்திரன் அவர்களையும் அவரது விருந்தோம்பலையும் மறக்க முடியாது. அவரது இயல்பான நட்பும் நகைச்சுவையும் எனது பில்லூர் நாட்களை மறக்க முடியாமல் செய்தது என்பது முற்றிலும் உண்மை. அதே போலத் திரு. கந்தவேளின் நட்பும் சில விஷயங்களைத் தெரிந்து கொள்ள உதவியது. மரு. வசந்தனின் பங்களிப்பும் நன்றிக்குரியது. காரணம், எல்லா நாட்களிலும் என்னுடன் வரவில்லை என்றாலும், பல சாகசமான பயணங்களில் அவரது பங்கு இருந்தது. மற்றும் நல்ல பயணத் துணையாக இருந்தார்.

பில்லூர், பரலியில் அன்றிருந்த மக்கள் மற்றும் மின்வாரிய ஊழியர்கள், பழங்குடி மக்கள் என எல்லோரும் வெகுவாக எனக்கு உதவி செய்தனர். வனத்துறையில் உள்ளோரும் அன்புடன் உதவினர். பல நேரங்களில் உணவு மற்றும் வண்டியில் சவாரி செய்ய இவர்கள் எல்லோருமே ஏதோ ஒரு வகையில் உதவினர். காரணம், இது அடர்ந்த மற்றும் யானைக் காடு. சில நேரங்களில், பேருந்து சென்று விட்டால், நான் முள்ளியை அடைவது கடினம். அப்பொழுதெல்லாம், அவர்கள் வண்டியில் ஏற்றிச் சென்றோ அல்லது தங்க வசதி அளித்தோ உதவினர்.

இவை எல்லாவற்றையும் விட, அந்தப் பிரதேசத்தின் இயற்கை எழில் மற்றும் காடுகள் எப்போதும் என் நினைவில் இருந்து நீங்காது! என்னை மிகவும் ஈர்த்த நீலகிரியின் தரைதளக் காடுகள்

இது. மிகவும் பாதிக்கப்பட்ட யானை வழித்தடம். காரணம், கேரளத்தில் இருந்து தமிழ்நாட்டிற்கு யானைகள் வலசை வரும் பாதையில் ஒரு முக்கியமான பகுதி இது; கேரளத்தின் அட்டப்பாடியில் இருந்து யானைகள் முள்ளி வழியாகப் பில்லூர், பரலிக் காடுகளில் நுழைந்து, நெல்லித்துறையை அடைந்து, மேட்டுப்பாளையம் வழியாகக் கல்லார், காந்தவயல் வழியே பவானிசாகரைக் கடந்து சத்தியமங்கலம் காடுகளை அடையும். பவானி ஆறு பாயும் காட்டு வழி; தமிழ்நாட்டிற்குப் பெரும்பகுதி மின்சாரம் கிடைக்கும் (மின் உற்பத்திக்குக் காரணமான) புனல்மின் நிலையங்கள் இருக்கும் இடம்; எனப் பல முக்கியத்துவம் வாய்ந்த ஒரு காட்டுப் பகுதி. அத்தகைய இடத்தில், கிட்டத்தட்ட இரண்டு வருட காலம் அலைந்து திரிய வாய்த்ததை நான் பெரும் பேறாகக் கருதுகிறேன். அதற்கு நான் பணி செய்த வங்கியான சென்ட்ரல் பேங்க் ஆஃப் இந்தியாவுக்குத்தான் நன்றி சொல்ல வேண்டும்! அந்த இனிய நினைவுகள் என்றும் என்னை மகிழ்வித்துக் கொண்டே இருக்கும்!

அன்புடன்

சந்துரு

1. யானை விரட்டு

ஹல்லி மாயார் நண்பர்களிடம் இருந்து தகவல் வந்தது. இந்த வருடமும் கோயில் திருவிழாவும் வாலிபால் போட்டிகளும் நடக்க இருக்கின்றன என்று. ஒவ்வொரு வருடமும் இது தவறாமல் நடக்கும் நிகழ்வு என்பதோடு, பலதரப்பட்ட நண்பர்களும் வருவார்கள் என்பதாலும், பழங்குடியின நண்பர்களோடு ஓரிரு நாட்கள் சந்தோஷமாகச் செலவிடலாம் என்பதாலும், நான் இந்தச் சந்தர்ப்பத்தைத் தவற விடுவதில்லை. மேலும் ஒரு காரணம், இயற்கையின் மடியில் ஓரிரு நாட்கள் இருக்கலாம் என்பதும்தான். வேறெங்கும் இது போன்ற இயற்கை எழில் கொஞ்சும் மலைக் கிராமங்கள் இருக்குமா என்பது சந்தேகம்தான். அத்தனை அழகு வாய்ந்த பகுதி, இந்த வடகிழக்கு நீலகிரிப் பிரதேசம். பருவ மழைக் காலங்களில் நொப்பும் நுரையுமாகப் பொங்கி ஓடும் மாயாறு இந்தப் பிரதேசத்தையே தீவு போல மற்ற இடங்களில் இருந்து தனிமைப் படுத்தினாலும், குளிர் காலங்களில் யானைகள் உலவினாலும், இந்தப் பழங்குடி கிராமம் என்னை மிகவும் ஈர்த்த ஒரு ஊராகும்.

மற்றொரு சிறப்பம்சம், நான் தங்குவதற்கு அவர்கள் தரும் இடம்தான்! ஒரு சமயம் வீட்டுத் திண்ணையாக இருக்கும்; மறுமுறை கோடவுனாக இருக்கும்; இல்லையென்றால் கோயில் தாழ்வாரமாக இருக்கும்! இப்படி விதவிதமான இடங்களில் கிடந்து உறங்குவது எத்தனை சுகம் என்பது அனுபவித்தவர் களுக்குத்தான் தெரியும்! இரவில் சில சமயங்களில் வனவிலங்குகள் வரும்; அவற்றை விரட்டிவிட்டு மீண்டும்

உறக்கத்தைத் தொடருவோம்! மக்களும் நன்றாக இயல்பாகப் பழகுவதால், நாட்கள் போனதே தெரியாது. மாலை நேரங்களில் வயதானவர்களிடம் பழைய கதைகளைக் கேட்கலாம் ; மயங்கும் மாலை ஒளியில் ஒளிரும் நீலகிரி முகடுகளின் எழிலை ரசிக்கலாம்; தொலைவில் யானைகளின் பிளிறலைக் கேட்கலாம்; வெகு அபூர்வமாகப் புலியோ, சிறுத்தையோ உறுமுவதைக் கேட்கலாம். பறவைகளின் இனிய கானத்தைக் கேட்டவாறு மதகுகளின் கீழே குளிக்கலாம். இப்படி ஒரு ரம்மியமான விடுமுறையை அனுபவிக்கும் சுகமே தனிதான்.

இந்தமுறை எனக்கு ஊருக்குள் இருக்கும், ஆனால், அவர்களது விளைநிலங்களையும் காட்டையும் ஒட்டி அமைந்த கோயில் தாழ்வாரத்தில் ஒரு கயிற்றுக் கட்டிலில்தான் படுக்கை. இரவு தங்கல்! இந்தக் கோயிலை ஒட்டிப் பூசாரியும், ஊர்த் தலைவரும் ஆன நாகராஜ் ஐயாவின் வீடு. பின்புறம் கழனி ஒரு 100 மீட்டர் வரை. அதன் பின் காடு நீண்டு கிடக்கிறது. ஒரு கிலோமீட்டர் தூரத்தில் மலை அடிவாரம், பின் நீலகிரிக்கு இட்டுச் செல்லும் மலைச்சரிவுகள். கோயிலின் முன்புறம் ஊரில் இருந்து வரும் வழி, அதனை ஒட்டிய பயிர் நிலங்கள். என்னுடன் சிவனின் அப்பா அந்தப்புறம் உள்ள கட்டிலில், எப்போதும் போல! நாகராஜ் ஐயா வழக்கம் போல, வீட்டு மாடியில் இருந்து காவல்! ஊர் சுமார் 500 மீட்டர் தொலைவில்.

இரவு சாப்பிட்டுவிட்டு, நானும், நாகராஜ் அய்யாவும் பல கதைகளைப் பேசிக்கொண்டு இருந்தோம், சுமார் 10.30 மணி வரை. சிவனின் அப்பா அதற்குள் ஒரு குட்டித் தூக்கம் போட்டுவிட்டார். காரணம், இரவில் கொஞ்ச நேரம் விழித்திருக்க வேண்டும் என்பதற்காக! சுகமாக நான் போர்வைக்குள் புதைந்து தூங்க ஆரம்பித்தேன். சுவர்க்கோழிகளின் ஒலி மற்றும் அங்கும் இங்கும் சிறு ஆந்தைகளின் அலறல், இவை தவிர பெரிதாக எதுவும் இல்லை. நல்ல உறக்கத்தைச் சட்டென்று கிளம்பிய ஓசைகள் முறித்தன. சடாரென்று எழுந்து பார்க்கும் போது, நான்கைந்து பேர் கையில் தப்பட்டையுடன் ஒலி எழுப்பிக்கொண்டும் கூச்சலிட்டுக்கொண்டும் அடிவாரம் நோக்கிப் போவதைக் கண்டேன்! நானும் அவர்களுடன் கூச்சல் போட்டுக்கொண்டு நடந்தேன். ஏனெனில், தனியே அந்தத் தாழ்வாரத்தில் கிடப்பது எத்தனை தூரம் சரி என்று புரியவில்லை! மேலும், வந்தது என்ன விலங்கு என்றும் தெரியவில்லை! இருட்டில் ஒன்றும் தெளிவாகத் தெரியவில்லை.

இரவு தங்கிய கோயில், பின்புறம் கழனி,
அதன் பின் நீண்டு கிடக்கும் காடு

இப்படி ஒரு 200 மீட்டர் போனதும், வாழைக் காட்டின் இறுதியில், அடிவாரத்தை ஒட்டி ஒரு யானை நிற்பது மசமச என்று தெரிந்தது! சிவனின் அப்பா, 'எப்பவும் வர்ற கொம்பன் தாண்டா,' என்று வெகு சாதாரணமாகச் சொன்னார்! மற்றவர்களும் அதை ஆமோதித்தனர்.

எனக்கு இது புதிராக இல்லை. காரணம், இதைப் போன்று காட்டை ஒட்டி வாழும் பழங்குடியினர் அந்தப் பிரதேசத்தில் உலவும் பிரச்னையான விலங்குகளை நன்றாக அறிந்து வைத்திருப்பதோடு, அவற்றின் நடத்தையையும் தள்ளி இருக்க வேண்டிய தூரத்தையும் அறிந்திருப்பர். பல காலங்களாக ஒரே இடத்தில் வாழ்வதாலும், குறிப்பிட்ட விலங்குகளே திரும்பத் திரும்ப வருவதாலும், அவர்கள் அவற்றை எளிதில் தங்களுள் ஒன்றாகக் கருதி அன்பாக விரட்டவே பார்ப்பார்கள். கடுஞ்சொற் களையோ, கடுமையான ஆயுதங்களையோ பிரயோகிக்க மாட்டார்கள். அன்புடன் மன்றாடுவார்கள்; 'போப்பா, பேசாம போயிரு, வேணாண்டா கண்ணா', என்பது போல! முதலில் பார்ப்பவர்களுக்கு இது கிறுக்குத்தனமாகப் படும்! ஆனால், இது குறித்து சமீபத்திய ஆய்வுகள் விளக்குகின்றன – நம்முடைய குரல் மாறுபாடுகள் மற்றும் உடல் மொழி, விலங்குகளைப் பாதிக்கின்றன என்று. காடர்கள் எவ்வாறு யானைகளை விரட்டுகின்றனர் என்பது குறித்த ஆய்வு இதனை விளக்குகிறது.

இதுவல்லாது, பலகாலமாக வனவிலங்குகளுடன் வாழ்ந்து வருவதால், நகரத்தில் இருப்பவர்களைப் போல மற்ற உயிரினங்களைக் கண்டு அவர்கள் பயமோ கவலையோ கொள்வதில்லை. மாறாக, அவற்றுடன் அனுசரித்து வாழும் கலையை அவர்கள் நன்கு கற்றிருக்கிறார்கள். யானை அல்லது மற்ற விலங்குகளால் சேதம் ஏற்பட்டால் பெரும் கவலை கொள்வதும் இல்லை. அதை இயற்கையாக நிகழும் ஒரு விபத்து என்று கடந்து போய் விடுகிறார்கள். இந்த மனநிலை அவர்கள் காட்டின் ஊடே அமைதியாகவும் கவலையற்றும் வாழ உதவுகிறது. மேலும் காட்டு விலங்குகளைத் தம் சொந்தம் போல பாவிக்கும் குணம் இயல்பாகவே அவர்களுக்கு இருக்கிறது. நகரத்தில் உள்ள நமக்குத்தான் எல்லாம் பிரச்னை!

யானை சிறிது நேரம் நின்று பார்த்தது. அதற்குள் இரண்டு பேர் குப்பைகளைப் போட்டு நெருப்பு உண்டாக்கினர். எல்லோரும் யானையிடம் இருந்து பத்திரமான தூரத்தில்தான் இருந்தோம். நெருப்பும், பந்தங்களும், தப்பட்டைகளும் சேர்ந்து யானையை யோசிக்க வைத்திருக்கும் என எனக்குத் தோன்றியது. மெதுவாக அடிவாரத்தை நோக்கி நகரத் தொடங்கியது. மற்றொரு காரணமும் இருக்கலாம். அப்போது மணி அதிகாலை மூன்றிருக்கும். இன்னும் சற்று நேரத்தில் விடியத் தொடங்கி விடும். கென்னெத் அண்டர்சன் சொல்வது போல, நகல் விடியல் (false dawn) நாலு மணிக்கே வந்து விடும். அதனால், நாளை பார்த்துக் கொள்ளலாம் என்று யானை திரும்பிப் போயிருக்கலாம். எப்படியோ, அன்றைய யானை விரட்டும் பணி செவ்வனே முடிந்தது!

> *புலந்து புனிறு போகிய புனம் சூழ் குறவர்*
> *உயர் நிலை இதணம் ஏறி கை புடையூஉ*
> *அகல் மலை இறும்பில் துவன்றிய யானை... (205)*
>
> *(விளைநிலங்களில் குறவர்கள் பரண் மீது ஏறி இருந்துகொண்டு விளைச்சலைத் தின்ன வரும் யானைகளை ஓட்ட, கவணால் கல் வீசுவர்.)*

மேலே உள்ளது மலைபடுகடாம் காட்டும் ஒரு காட்சி. அன்றே குறிஞ்சி நில மக்கள் யானைகளை விரட்டிக் கொண்டு இருந்தார்கள் என்று அறிகிறோம்.

நாளைய கதை நாளை பார்த்துக் கொள்ளலாம்! இரவில் எத்தனை அருகில் என்னென்ன விலங்குகள் வந்தன என்று எனக்குத்

தெரியவில்லை. இரண்டரை மணி வரை குறட்டைவிட்டுத் தூங்கி இருப்பேன் என்று நினைக்கிறேன்!

அதன் பின்னர் உறக்கம் தொலைந்து போனது. நாகராஜ் அய்யாவும் வந்து சேர்ந்து கொண்டார். நெருப்பு மூட்டி அதன் கதகதப்பில் அப்படியே கண் மூடிக் கிடந்தேன். பின்னர், ஆறு மணி சுமாருக்கு மீண்டும் தூங்கிப் போனேன்.

இதேபோல, முன்னொரு சமயம், அடுத்துள்ள கல்லம் பாளையத்தில் ஒருமுறை யானை விரட்டியது நினைவில் வந்தது! இங்கு யானைகளுக்கும் பஞ்சமில்லை; விரட்டும் பணிக்கும் குறைவில்லை!

அன்று விழா 10 மணிக்கு ஆரம்பிக்க இருந்ததால், அதனால் பெரிய பாதிப்பு இல்லை. அதன் பின் நடந்த கைப்பந்து போட்டிகளை எப்போதும்போல கண்டு ரசித்து, விளையாட்டு வீரர்களை உற்சாகப்படுத்தி பரிசுகள் கொடுத்து (நான் மட்டும் அல்ல, பிற ஆதரவாளர்களும் உண்டு) மகிழ்ந்தோம்.

மாலை கோயில் திருவிழாவிலும் பங்கேற்று மறுநாள் அதிகாலைப் பேருந்தில் புறப்பட்டு வந்து சேர்ந்தோம். நல்ல வேளையாக, இரண்டாம் நாள் இரவு யானை வரவில்லை. என்றாலும், எனது தூக்கம் எப்போதும் போலச் சுகமானதாக இல்லை! உள்ளுணர்வு விழித்திருந்ததால், நல்ல உறக்கம் கிடைக்கவில்லை! சிவனின் அப்பாவை எண்ணி வியக்காமல் இருக்க முடியவில்லை! 70 வயதில் தினமும் இதேபோல யானையை எதிர்நோக்கி இருப்பது என்னால் முடியுமா என்று யோசித்துக் கொண்டே வீடு வந்து சேர்ந்தேன்!

2. எங்கேயோ கேட்ட குரல்

அன்று காலை தேநீர் தயாரித்துக் கொண்டிருக்கும் போது 'ஹா, ஹா ஹூ' என்று சிரிப்பது போல ஒரு குரலோசை கேட்டது. அப்படியே அது வீட்டின் வலமிருந்து இடம் வரை ஒலித்து, பின் மங்கி மறைந்துவிட்டது. தேநீரைக் காட்டிலும் அந்தக் குரல் என்னுள் கிளப்பிய பழைய நினைவுகள் அது நாரை அலகு மீன்கொத்தியாக இருக்கும் என்று உணர்த்தியது. இந்தச் சிரிப்பு போன்ற ஒரு மூன்று அல்லது நான்கு இசைக்குறிப்பு, அடர்ந்த மரங்களைக் கொண்ட நதியோரக் காடுகளில் கேட்கும் ஒரு குரல். அந்தப் பறவை எப்படி இங்கே வந்தது?

சாதகமாக உள்ள ஒரு விஷயம், என் வீடு பவானி நதியோரம் இருக்கிறது என்பதுதான். ஆனால், அடர்ந்த மரங்கள் இங்கு இல்லையே? மீண்டும் அந்தக் குரலோசை அன்று மாலை நான் மொட்டை மாடியில் நின்று கொண்டிருக்கும்போது கேட்டது. நன்றாக, கூர்ந்து கவனித்தபோது, ஒரு நாரை அலகு மீன்கொத்தி நதிக்கரை ஓரம் உள்ள பகுதியில் இருந்து பறந்து சென்றது!

மலையாளத்தில் சொல்வது போல உண்மையிலேயே அது நீலப் பொன்மான்தான்! நல்ல மஞ்சள் வண்ண உடல்; நீண்டு சிவந்த பவள நிற அலகு; நீல நிறச் சிறகுகள்; செம்பவள கால்கள் என்று மனதை மயக்கும் வண்ணங்களுடன் மைனாவின் அளவு பருத்த ஒரு அழகான மீன்கொத்தி!

ஆற்றங்கரைக் காடுகளில் அதிகமாகத் தென்படும் ஒரு எழிலான பறவை. முன் காலத்தில், இந்தப் பகுதிகளில் ஆற்றங்கரைக் காடுகள் இருந்திருக்கும்; நல்ல பருத்த மத்தி மரங்கள், மாமரங்கள்

அடர்ந்திருந்திருக்கும்; தெள்ளிய நீர் ஆண்டு முழுவதும் பாய்ந்து கொண்டிருந்திருக்கும்; எனவே அவை இங்கு கூடி வாழ்ந்திருக்கும். இன்று அனைத்தும் மறைந்து ஒன்றிரண்டு நீலப்பொன் மான்கள் மட்டும் உலவிக் கொண்டிருக்கின்றன. அவ்வப்போது என் வீட்டு வழியே செல்லும்போது குரலெழுப்பி என்னை உற்சாகப்படுத்துகின்றன.

பெரும்பாலும் நாரை அலகு மீன்கொத்திகள் காட்டு ஓடைகள் அல்லது நதிகளின் ஓரம் உள்ள மரங்களில் அதிகம் காணப்படும். இதுபோன்ற இடங்களில் உள்ள சிறு குட்டைகளில் கிடைக்கும் மீன் மற்றும் நீர்வாழ் உயிரினங்களை உண்டு வாழும். மீன்கொத்திகள் இரை தேடும் அழகே தனி! பகலில் சூரியக் கதிர்களின் கோணம் கணக்கிட்டு அவை இரை தேடும்.

அதாவது, சாய்வான கதிர்கள் விழும் காலை அல்லது மாலை நேரங்களில் இவை இரை பிடிக்கும் கோணம் கிட்டத்தட்ட 45லிருந்து 60 பாகையாக இருக்கும்; நடுப்பகலில் 90 பாகையாக இருக்கும். யார் இப்படி கோணங்களை மாற்றி மீன்பிடிக்கக் கற்றுத்தந்தார் என்று வியக்காமல் இருக்க முடியாது! ஒளி விலகும் கோணத்தை அறிந்து அவை செயல்படுவதை நாம் நாளெல்லாம் கண்டு வியக்கலாம்.

நீருள் கிழித்துக் கொண்டு செல்லும் போது எப்படி ஒரு பெரிய அதிர்வை ஏற்படுத்தாமல் அவை இரையை லாகவமாகப் பிடிக்கின்றன என்பது மற்றொரு வியப்பு! இந்த லாகவத்தை நுணுகி ஆராய்ந்த ஜப்பானிய விஞ்ஞானிகள் உருவாக்கியதுதான் புல்லெட் ரயில்! இந்த வகை ரயில் காற்றின் வேகத்தை

நீலப்பொன் மான்கள்

மட்டுப்படுத்த அவர்கள் அமைத்த முகப்பு மீன்கொத்தியின் அலகு போல இருக்கும்; அது நீருள் செல்லும்போது உடல் இருக்கும் அமைப்பில் ரயிலும் இருக்கும்!

இப்போது நாம் நீலப்பொன் மானைப் பற்றி மேலும் கொஞ்சம் பார்ப்போம்! பறவை இயலின் பிதாமகர் என்றறியப்படும் சாலிம் அலி சொல்கிறார். 'சாம்பல் தலை மீன்பிடி பருந்தும், நாரை அலகு மீன்கொத்தியும் ஒரே வாழ்விடத்தைத் தெரிவு செய்கின்றன. இரண்டிற்கும் நீர் தேங்கி கிடக்கும் குட்டைகள் மற்றும் சலனமற்ற நீர் பரப்பு மிகவும் உகந்தது. எங்காவது நீங்கள் நாரை அலகு மீன்கொத்தியைக் கண்டால், நிச்சயம் அருகிலேயே ஒரு சாம்பல் தலை மீன்பிடி பருந்தும் இருக்கும்; சற்றுத் தேட வேண்டி இருக்கும்.'

நான் பல காட்டாறுகளின் அருகே உள்ள காடுகளில் இந்தச் சக வாழ்வை கண்டு வியந்திருக்கிறேன். இயற்கை எப்போதுமே எல்லா உயிரினமும் சேர்ந்து வாழ்வதையே போதிக்கிறது! என்னுடைய இப்போதைய கவலை இவை எங்கே கூடு வைத்து இனப்பெருக்கம் செய்கின்றன என்பதுதான். சத்தியமங்கலம் முன்புபோல இல்லை; நாள்தோறும் மரங்களும், ஆற்றங்கரையும் காணாமல் போய்க் கொண்டிருக்கிறது. இன்னும் எத்தனை நாட்கள் அவை தாக்கு பிடிக்குமோ!

போன மாதம் என்னுடைய மாலை நடைப் பயிற்சியின் போது கோம்புபள்ளத்தின் அருகே சென்று கொண்டிருக்கும்போது, ஒரு மஞ்சள் மின்னல் என்னைக் கடந்து சென்றது. என்ன அது என்று அவதானிக்கும் போது, என் நண்பன் நீலப்பொன் மான்தான் என்று உணர்ந்தேன். இங்கே அவனுக்கு என்ன வேலை என்று சற்று நின்று கூர்ந்து ஆராய்ந்தபோது, அங்குள்ள மணல் படுகை கரைத் திட்டில் சென்று அமர்ந்ததைக் கண்டேன்.

நடைப் பயணத்தை சற்றே நிறுத்திவிட்டு பத்து நிமிடங்கள் அங்கே இருந்தேன். மெதுவாக அவன் மணல் திட்டில் உள்ள பொந்தை நோக்கிப் போவதைக் கண்டேன். எனக்குப் புரிந்து விட்டது, அங்குதான் கூடு வைத்திருக்கிறான். பொதுவாக மீன்கொத்திகள், மணல் திட்டு அல்லது மணல் கரைகளில்தான் சுரங்கம் போன்ற கூடுகளை அமைக்கும். வாய் சற்று குறுகி இருந்தாலும், உள்ளே இருக்கும் அறை ஐந்து அல்லது ஆறு குஞ்சுகள் தங்க ஏதுவாக பெரிதாக இருக்கும். கோம்புபள்ளம் பவானி ஆற்றின் அதிகப்படி

நீர் வடியும் ஒரு கால்வாய் என்பதாலும், நதி மிக அருகில் இருப்பதாலும், பெரும்பாலும் மக்கள் நடமாட்டம் இருக்காது. ஆடு, மாடுகள் மேயும்; எப்போதாவது வண்டிகள் கழுவுவார்கள்.

நமது நண்பனுக்கு இங்கே நல்லதொரு இடம் வாய்த்துவிட்டது, கூடு வைக்க. பின்னர், தினமும் அதைப் பார்த்து மகிழ்வது எனக்கு வழக்கமாகி விட்டது. அதன் பின் நான் ஒரு வாரம் சைலண்ட் வாலி போக வேண்டி இருந்தது. திரும்பி வந்து பார்க்கும்போது, எந்தச் செயல்பாடும் காணவில்லை. என்ன ஆயிற்றோ என்ற கவலையுடன் அன்று திரும்பினேன்.

நேற்று முன் தினம், மீண்டும் அவன் குரல் காலையில் என்னை எழுப்பியது. மாலை வீட்டின் குறுக்கே அவன் ஒலி எழுப்பிக்கொண்டு பறந்தான். அதைப் பார்த்ததும் அடைந்த சந்தோஷத்திற்கு அளவில்லை. நான் இருக்கும் வரை இந்த நீலப்பொன் மான்கள் இருக்கும் என்றால் அதை விட மகிழ்ச்சி வேறு ஒன்றுமில்லை!

3. இளவேனில் சொர்க்கம்

பிப்ரவரி இரண்டாம் வாரம் குருஜி உத்தமனிடம் இருந்து தொலைப்பேசி அழைப்பு வந்ததும்தான் எனக்கு சைலண்ட் வாலி பறவைகள் கணக்கெடுப்பு பற்றி நினைப்பே வந்தது. ‘எந்தோ சந்துரு, தீர்ச்சையாயிட்டு வரணம், கேட்டோ’ என்று அன்புக் கட்டளை இட்டதும், முடியாது என்று சொல்ல இயலவில்லை. மேலும், சைலண்ட் வாலியை நான் வெயில் காலத்தில் சரியாகக் கண்டதில்லை. எனவே, மற்ற சில சொந்தப் பணிகளைத் தள்ளி வைத்துவிட்டு மார்ச் முதல் வாரம் முக்காலி செல்ல தயாரானேன். காடுகளை ஒவ்வொரு காலத்திலும் காண்பது, அதன் தன்மையையும் காட்டுயிர்களின் தகவமைப்பு உத்திகளை (adaptive strategy) காணவும் நல்ல ஒரு சந்தர்ப்பம். மேலும், இது பறவைகளின் இனவிருத்திக் காலம் என்பதால் பல புதிய பதிவுகள் கிடைக்க நல்ல வாய்ப்பு.

நாலாம் தேதி முக்காலியில் முன்னுரைக் கூட்டம் முடிந்ததும், எனது குழுவுக்கு தத்தேங்கலம் பகுதி காடுகளில் ஒரு மூன்று நாட்கள் அலைந்து திரியப் பணிக்கப்பட்டது. இப்பகுதி, சைலண்ட் வாலி புனல்மின் நிலையம் அமைக்கப்பட இருந்தபோது, உற்பத்தி நிலையம் நிறுவப்பட இருந்த இடம். இப்போது பழைய சிதிலமடைந்த கட்டடங்களும், சிறிய கிராமமும் இருக்கின்றன. சுற்றிலும், இலையுதிர் காடுகளும், மலைகளும், அவற்றின் மேல் பகுதிகளில் ஈரப்பதக் காடுகளும் விரவிக் கிடக்கும். ஊடே குந்திப் புழா (ஆறு) வற்றாமல் வருடம்

முழுவதும் ஓடிக்கொண்டிருக்கும். எங்களுக்குத் தங்க வசதியான டார்மிட்டரி ஒதுக்கப்பட்டது. அங்கு நிரந்தரமாகச் சுமார் பன்னிரண்டு ஊழியர்கள் இருப்பதால், நாங்கள் ஆறு பேர் சேர்ந்தது ஒரு பிரச்னையாக இல்லை.

ஆனால் பிரச்னை வேறு வடிவில் வந்தது! இந்த மாதம் தொடங்கியது முதலே, வெயில் கொளுத்தித் தள்ளுவதால், எல்லா இடங்களிலும், காட்டுத் தீ கனன்று சுழன்று கொண்டிருந்தது. இங்கு கிராமம் இருப்பதாலும், ஆடு மாடுகள் மேய்வதாலும், நெருப்பு பற்றக் கூடிய வாய்ப்புகள் அதிகம். இதனால், எங்களுடன் வர ஆட்கள் பற்றாக்குறையானது. ஏனெனில், கிட்டத்தட்ட எல்லோரும் தீயணைப்புக்குச் செல்ல வேண்டிய நிர்ப்பந்தம்! ஆயினும், நாங்கள் இரண்டு குழுக்களாகப் பிரிந்து, ஒவ்வொரு வழிகாட்டியுடன் அடுத்துள்ள காடுகளில் ஆறிலிருந்து எட்டு கி.மி. வரை சென்று அலசி வந்தோம்.

முன்பே சொன்னது போல, எங்கு நோக்கினும் பறவைகளின் பாட்டு; கூடு வைக்கும் காலமாதலால், அவை எப்போதையும் விட எளிதில் காணும் விதத்தில் நடமாட்டம்; வறண்ட காட்டில், காணும் வாய்ப்புகள் கூடுதல் என்று மிகச் சுவாரஸ்யமாக இருந்தது. ஆங்கிலத்தில் 'love is in the air' என்று சொல்வார்கள்! அது போன்று எங்கு பார்த்தாலும் பறவைகளின் இனப்பெருக்கக் களியாட்டங்களும், பாட்டும், குஞ்சுகளுக்கு இரை கொண்டு செல்லும் பணிகளுமாகக் காடே குதூகலமாக இருந்தது! ஒரு புறம் காட்டுத் தீயின் தாக்கம், ஆனாலும் அது பறவைகளைப் பாதித்ததாகத் தெரியவில்லை. இடர்ப்பாடுகளுக்கிடையில் அவை வாழக் கற்றுக் கொண்டுவிட்டன என்றே தோன்றியது. இயற்கை என்றுமே இன்முகம் காட்டியே தீரும்; மனிதன்தான் எதிலும் குறை காணுகிறான்.

முகாமில் இருந்த மொட்டை மரப் பொந்தில் வண்ணாத்திக் குருவி, கூடு வைத்திருந்தது; நெடிய வாகையில் கிளிகள் கூடு வைத்திருந்தன; ஆற்றோரம் கருடன் கூடு வைத்திருந்தது. இப்படிக் காணும் இடமெல்லாம் இந்த இளவேனில் ஒரு சொர்க்கக் காலமாகத் தோன்றியது! அன்று ஆற்றின் கரையருகே நீலப்பொன்மான், அரசவால் ஈப்பிடிப்பான், நீலத் தொண்டை ஈப்பிடிப்பான் போன்றவற்றைக் கண்டு விட்டுத் திரும்பினோம். சிறிய வலசை வரும் ஈப்பிடிப்பான்களில் மூன்று வகைகளைக் கண்டோம். ஆயினும், கூட வந்த ரெஹானாவுக்குச் செந்தலைக்

கிளியின் நல்ல புகைப்படம் கிடைக்கவில்லை என்ற வருத்தம், மற்றும் ஓர் அரிய உள்நாட்டுப் பறவை கிடைக்கவில்லை என்ற ஏக்கம். பறவை நோக்கர்களுக்கு இதுபோன்ற ஏக்கம், குறை எல்லாம் சாதாரண விஷயம்!

அடுத்த நாள் மாலை திரும்பும் போது, ஒரு வளைவில் செந்தலைக் கிளியின் குடும்பம் வளைவின் மேலே கவிந்து நின்ற மரத்தில் உள்ள கனிகளைத் தின்று கொண்டிருந்தன. ஒரு தந்தை, தாய், குஞ்சு என அழகான குடும்பமாகக் கனிகளைத் தின்று கொண்டிருந்தன. சூரியனின் அற்புதமான பின்புற மஞ்சள் கிரணங்களில் தகதகவென இருந்தன. ஸ்டுடியோவில் கூட அது போல ஓர் அமைப்பு கிட்டாது! அந்த அளவு சிலாகிக்கத் தக்க வகையில் அந்தக் காட்சி இருந்தது. ஆசை தீரப் பல படங்கள் எடுத்த பின்னர், மெதுவாக நடந்து கொண்டிருந்தோம். அருகில் உள்ள புதரில் இருந்து பூனையின் மியாவ் போன்ற ஓர் ஒலி கேட்டது. பொறுமையாகத் துழாவும்போது, அங்கே மஞ்சளாக ஒரு பறவை தென்பட்டது. என்ன அது என்று சற்று நிதானமாக நோக்கும்போது, தீக்காக்கையின் பெண் பறவை என்று அறிந்தோம். ரெஹானாவுக்கு பெரும் மகிழ்ச்சி! கேரளத்தின் மற்றும் மேற்கு தொடர்ச்சி மலையின் இயல் இனங்களில் ஒன்று என்பது மற்றொரு விசேஷம்! ஆக, கேட்டவை கிடைத்த மகிழ்ச்சியில் படமெடுத்துத் தள்ளினார் ரெஹானா!

சாலிம் அலி இந்தப் பறவையைக் குறித்துத் தன் புத்தகத்தில் எழுதும் போது, 'the peculiar mewing calls are its first indication in a jungle' என்று மிக அழகாகக் குறிப்பிடுகிறார்! இந்தக் குரலோசைதான் அதனைக் கண்டுபிடிக்க உதவியது! மற்றொரு

நீலப்பொன்மான், அரசவால் ஈப்பிடிப்பான்,
நீலத் தொண்டை ஈப்பிடிப்பான்

ரசனையான அவரது குறிப்பு, இப்பறவை தனது சருகு போன்ற பின்புறத்தை மட்டும் காட்டிக்கொண்டு கிளையில் இருப்பதால், காண்பது வெகு கடினம், என்பது! பறவைகளின் குணங்களையும், வாழ்விடங்களையும் அவரைப் போல எழுத இன்னொருவர் பிறக்க வேண்டும்! நான் இன்னும் சற்று நேரம் அங்கேயே நின்றால், ஆண் பறவையையும் காண வாய்ப்புண்டு என்று கருதினேன். எனவே, பாதையோரம் இருந்த கல்லில் சற்று நேரம் அமைதி காத்தோம். எதிர்பார்த்தது போல, ஆண் பறவை ஒரு பத்து நிமிடத்தில் வந்து சேர்ந்தது! ஏன் இதைத் தீப் பறவை என்று சொல்கிறார்கள் என்பதை முழுமையாக உணர முடிந்தது!

நன்கு கருத்த தலை மற்றும் பிடரி; இள மஞ்சள் முதுகு; சிவந்த வயிற்றுப் பகுதி; இடையில் ஒரு வெண்ணிறப் பட்டை எனத் தீப்பிழம்பின் நிறத்தில் இருக்கும் ஆண் பறவையின் அழகைக் கண்டு ரசிக்க நேரம் போதாது! இயற்கை இந்த வண்ணங்களை வழங்கி என்ன வகையில் உதவுகிறது என்று முழுமையாக அறிய இயலவில்லை! அப்போது அந்தி சாயத் தொடங்கி விட்டதால், துணைக்கு வந்த வழிகாட்டி பரபரப்பானார்! 'இங்கே ஒரு மோழை (makhna) சில சமயம் வருவதுண்டு, எனவே நாம் போக வேண்டும்' என்றார். அவரைக் கிலேசத்தில் ஆழ்த்த எனக்கு விருப்பம் இல்லை. மேலும் அவர்களே தீ அணைப்புப் பணி காரணமாக மன அழுத்தத்தில் உள்ளனர். மேலும், ரெஹானா சற்றே ஸ்தூல சரீரம் கொண்டவர்! எனவே, ஓடுவது எளிதல்ல என்பதாலும், discretion is the better part of valour (விவேகம் என்பது வீரத்தின் சிறந்த பகுதியாகும்) என்பதாலும், நாங்கள் முகாமை நோக்கி நடையைக் கட்டினோம்!

அடுத்த நாள் வெள்ளை வயிற்று வால்காக்கை, குட்டை வால் கிளி, வெள்ளைத் தலை மைனா என பலவற்றைக் கண்டு மகிழ்ந்தோம். பறவை நோக்குதல் இது போல எங்களைக் காடு காடாக அலைய விட்டாலும், அதன் சுகமே தனி! தினமும் கிடைப்பது கஞ்சியும், பயறும் அல்லது நேந்திரம் புழுக்கு, புட்டு என்றாலும், அவை எந்த வகையிலும் எங்கள் சந்தோஷத்தையோ ஆர்வத்தையோ குறைக்கவில்லை! மாறாக, மேலும் சுறுசுறுப்போடு இயங்க உதவியது. காட்டின் அழகும், பறவைகளின் சகவாசமும் எப்போதும் என்னைப் போன்ற வர்களை எப்போதும் மகிழ்ச்சியாக வைத்திருக்கும்!

4. மயக்கும் விண் வெளிக் கூட்டங்கள்

அந்தி சாயும் நேரம், ஆனால் வெளிச்சம் முற்றிலும் குறையவில்லை. ஒரு மங்கலான ஒளி இன்னும் ஒளிர்ந்து கொண்டிருந்தபோது நாங்கள் ஆடிக்கொம்பை முகாமை அடைந்தோம். கிழக்கு வானில் 'சிரியஸ்' என்கிற சிவன் நட்சத்திரம் மங்கலாகத் தெரியத் தொடங்கிவிட்டது. வான்வெளியில் மிகப் பிரகாசமாகத் தெரியும் நட்சத்திரம் இது. சிலர் இதை 'அழல் மீன்' என்றும் சொல்வதுண்டு. கானிஸ் மேஜர் விண் கூட்டத்தில் கிடக்கும் வெகு பொலிவான நட்சத்திரம்.

மறு நாள் பிணந்தின்னிக் கழுகுகளின் ஒருங்கிணைந்த கணக்கெடுப்பு நடத்த வேண்டி நாங்கள் இந்த முகாமுக்கு அனுப்பப்பட்டோம். இரவு உணவு தயாராகும் வரை நாங்கள் செய்ய ஒன்றுமில்லை. அப்போது, உற்சாகம் தரும் வகையில், கடுங் காப்பி அல்லது கருப்பு தேநீர் வந்தது. அதை உறிஞ்சியவாறு நான் கிழக்கு வானத்தை நோக்கிக் கொண்டிருந்தேன். மெல்ல மெல்ல இருட்டு கவியத் தொடங்கியது. சுற்றிலும் உள்ள குன்றுகள் நிழலாகத் தெரியத் தொடங்கின. வானம் கருப்பு பட்டுபோல மாறியது. எனக்கு பாரதியின் கண்ணம்மா பாட்டுதான் நினைவுக்கு வந்தது!

சுட்டும் விழிச் சுடர் தான் கண்ணம்மா சூரிய சந்திரரோ
வட்டக் கரிய விழி கண்ணம்மா வானக்கருமை கொலோ
பட்டுக் கருநீலப் புடவை பதித்த நல்வயிரம்
நட்ட நடுநிசியில் தெரியும் நட்சத்திரங்களடீ'

கொஞ்சம் கொஞ்சமாக வானம் நட்சத்திர வைரம் பதித்த பட்டுக் கருநீலப் புடவையாக மாறியது! சற்று நிமிர்ந்து கிழக்கில் பார்த்தால், ஓரியான் விண் கூட்டம் மிகவும் பிரகாசமாகக் காணப்பட்டது. ஓரியான் ஒரு வேட்டைக்காரனாகவும், அவனுடன் வரும் நாயாக அதன் கீழுள்ள நட்சத்திரங்கள் உருவகப்படுத்தப்படும், கிரேக்க விண்வெளி சாஸ்திரத்தில். வேட்டைக்காரன் அணியும் இடுப்புப் பட்டையாகக் குறுக்கில் ஓடும் மூன்று நட்சத்திரங்கள் அறியப்படும். அந்தப் பகுதியில்தான் பல பால்வெளி மண்டலங்கள் (எம்-18 போன்ற) காணப்படுகின்றன. இந்த ஓரியான் விண் கூட்டம் நமது புராணங்களில் ருசிகரமாக சித்தரிக்கப்படுகிறது! சிரியஸ் என்கிற மிகப் பிரகாசமான நட்சத்திரம், சிவபெருமானாக அறியப்படுகிறது; குறுக்கே ஓடும் மூன்று நட்சத்திரங்கள் வில்லிலிருந்து புறப்பட்ட அம்பு; அதன் கீழே காணப்படும் ஒரு பொலிவான நட்சத்திரம், மன்மதன். தவத்தில் இருக்கும் சிவனை மன்மதன் பாணம் கொண்டு கலைக்கிறான்! சிவனின் திருவாதிரை நட்சத்திரம், ஓரியான் கூட்டத்தில், மின்னும் செந்நிற நட்சத்திரமாக (பீடல்கீஸ்) இருக்கிறது.

இந்த விண் கூட்டத்தின் முன்னே, அதாவது மேற்கு வானம் நோக்கி நகர்ந்து, காளை அல்லது ரிஷப ராசியில் உள்ள செந்நிற விண்மீன் ரோஹிணியையும் கார்த்திகை (Pleiades) கூட்டத்தையும் கண்டேன். திராட்சைக் கொத்து போன்ற Pleiades, நமது நாட்டில், கிருத்திகா அல்லது கார்த்திகைப் பெண்கள் என்று அறியப் படுகிறது. கிட்டத்தட்ட 7 அல்லது 8 நட்சத்திரங்கள் அழகான சரவிளக்குபோல இலங்கும் அழகே தனி. ஒரு நட்சத்திரக் கூட்டமான கார்த்திகை 400 இல் இருந்து 1000 வரையிலான நட்சத்திரங்களைக் கொண்டிருக்கிறது.

இப்படி நான் இந்த விண்வெளி அழகினைக் கண்டு நிலை மறந்து நின்று கொண்டிருக்கும்போது, எங்கள் துணைவர்களான வேட்டைத் தடுப்புக் காவலர்கள், எனது தியானத்தைக் கலைத்தனர்! 'அய்யா, சாப்பாடு ரெடி, சாப்பிட்டுவிட்டு சீக்கிரம் படுங்கள். நாளை ஃபீல்டுக்கு போகணும்' என்று கிளப்பினர். காட்டில் இரவு வெகு நேரம் விழித்திருப்பது நல்ல வழக்கம் இல்லை; வெள்ளனே படுத்து விடியும்முன் எழுவது இங்கு எழுதப்படாத சட்டம்! காரணம், அப்போதுதான், கடும் வெயிலுக்கு முன் வேலைகளை முடித்து ஓய்வெடுக்க முடியும். நாமோ நகரவாசிகள்; நம் பழக்க வழக்கங்கள் இயற்கையின்

நியதியை ஒட்டி இருப்பதில்லை என்றாலும், காட்டில் திரியும்போது நான் அவர்களைப்போல நடந்து கொள்ளப் பழகிவிட்டேன்.

முகாமில் கிடைக்கும் சாதாரண உணவான சோறும் ஒரு குழம்பும்தான் என்றாலும், அந்தப் பசி வேளைக்கு அமிர்தம்போல இருந்தது. அவர்களது சமையலில் காரம் சற்றுத் தூக்கலாகத்தான் இருக்கும், ஆயினும் எனக்கு எந்த விதத்திலும் பாதித்ததில்லை. சாப்பிட்டு தட்டுகளைக் கழுவிவிட்டு அண்ணாந்து மாசி கோவில் பள்ளம் உள்ள திசையில் எதேச்சையாக நோக்கினேன். வடகிழக்கு வானில் சட்டமிட்டு மாட்டிய படம்போல சப்தரிஷி மண்டலம் தெரிந்தது! அதன் வால் மாசி கோவில் பள்ளம் வரை படர்ந்திருந்தது. அதாவது அருந்ததி பள்ளத்தில் வால் வளையும் இடத்தில் இருந்தது. தலை காங்கிரஸ் மட்டத்தில். மிகப் பிரம்மாண்டமான காட்சியாக அந்தக் கும்மிருட்டில் அது அடிமனது வரை ஊடுருவியது! ஓரியான்போல மிக எளிதில் அடையாளம் காணக்கூடிய விண் கூட்டம், சப்தரிஷி. ஆங்கிலத்தில் இதை Great Bear என்று அழைப்பர். 'பெருங் கரடி' என்று தமிழாக்கம் செய்யலாம்! ஒரு கனவுலகில் இருப்பதுபோல நான் உணர்ந்தேன்! காரணம், சமவெளியில், நகரங்களுக்கு அருகில், இதுபோல விண் கூட்டங்களைக் காண்பது வெகு அரிது. அதுவும் இதுபோல வெகு தெளிவாக, எழுதப்பட்ட சித்திரமாக!

அப்படியே அதன் தலையில் உள்ள இரண்டு நட்சத்திரங்களில் இருந்து ஒரு நேர்கோட்டை வடக்கு நோக்கி இழுத்துப் பார்த்தேன். மங்கலாக, அடி வானத்தில் துருவ நட்சத்திரம் தெரிந்தது. வாலில் இருந்து ஒரு வளை கோட்டை இழுத்து நோக்கினேன். கிழக்கு வானின் அருகே ஸ்வாதியும் அதில் இருந்து மேலும் வளைந்தால் சித்திரையும் தெரிந்தன. அருந்ததி ஓர் இரட்டை நட்சத்திரம். பழங்காலத்தில், படைவீரர்களின் கண்பார்வையைப் பரிசோதிக்க அருந்ததியில் எத்தனை நட்சத்திரங்கள் உண்டு என்று கேட்பார்களாம்! நேரமாக ஆக, சப்தரிஷியின் வால் மேல் நோக்கி வளைந்து ஒரு பட்டம்போல வரும். இப்படியாக, நான் இந்த விண்கூட்ட அழகைக் கண்டு தட்டைக் கூட வைக்காமல் நின்று கொண்டிருப்பதைப் பார்த்த வேட்டைத் தடுப்புக் காவலர், 'அய்யா, இப்படிப் பார்த்துக் கொண்டு நின்று கொண்டிருந்தால், பின்னால் யானை வந்தால் கூட உங்களுக்குத் தெரியாது. போய்ப் படுங்கள், காலையில் நேரத்தில் போகணும்' என்றார்!

காட்டின் நடுவே முகாம்

அவர் சொன்னதிலும் உண்மை இருந்தது. ஏனெனில், அது யானைகள் எப்போதும் உலவும் பகுதி. எங்கள் அகழி அத்தனை வலிமையாக வேறு இல்லை. இரண்டு தினங்களுக்கு முன் முகாமுக்கு ஒரு யானைக் கூட்டம் வருகை தந்திருந்த செய்தியை நாங்கள் வரும் போதே சரகர் மற்றும் நண்பர்கள் தெரிவித்து இருந்தனர். இதற்கு மேலும், காவலர்களின் பொறுமையைச் சோதிக்க நான் தயாரில்லை! இதைப் போன்று விண்வெளியைக் காண எப்போது நேரிடும் என்ற அங்கலாய்ப்பு நியாயமானது என்றாலும், வேறு வழியில்லை. வந்த காரியத்தையும், பாதுகாப்பையும் கருதி, முகாமிற்குள் செல்வதுதான் உசிதம் என்று உணர்ந்தேன்! மெதுவாக நடந்து சென்று, சோகமாகப் படுக்கையில் சரிந்தேன். இந்த வருத்தத்தை அடுத்த நாள் கழுகு கணக்கெடுப்பு சரி செய்தது என்பது வேறு கதை!

5. மனித விலங்கு மோதல்

சென்னன் காலையில் வந்து பார்க்கும்போது, மனம் நொறுங்கிப் போனது. இருந்த ஒன்றரை ஏக்கர் நிலத்தில் நின்ற தென்னையிலும், வாழையிலும் பாதிக்கு மேல் சேதமாகி விட்டதோடு, மேலும் ஒரு பகுதி மிதிபட்டுக் கிடந்தன. கண்ணில் கண்ணீருடன் நின்று கொண்டிருந்த போது, நஞ்சன் வந்து சேர்ந்தார். 'என்ன சென்னா, இப்படி ஆகிடுச்சே? நேத்து ராத்திரி கொஞ்சம் சுதாரிச்சுக் காவல் இருந்திருக்கலாமே' என்றார். 'என்னண்ணே செய்யறது. ஒரு அவசர ஜோலியா போக வேண்டி இருந்தது' என்றார். 'சனியன் பிடிச்ச யானைங்கோ நேத்துன்னு பாத்து நம்ம பக்கம் வந்துருச்சுங்கோ,' என்று நஞ்சன் அங்கலாய்த்தார். சென்னனின் மொத்த உழைப்பும் வீணாகப் போனது கண்டு சோகமாக இருந்தனர் ஊர் மக்கள். ஆனால் என்ன செய்ய முடியும்? கடந்த இரண்டு வாரங்களாக அந்தக் கிராம மக்கள் தூக்கமின்றி விளை நிலங்களைக் காப்பதில் மல்லுக்கட்டிக் கொண்டிருக்கிறார்கள். சென்னன் சற்று ஏமாந்து விட்டார். அவ்வளவுதான்.

இந்தப் பருவத்தில், யானைகள் வருவது வெகு சகஜமான நிகழ்வுதான் என்றாலும், இம்முறை சற்றே அதிகமாகி விட்டது போலத் தோன்றியது. காவிரி நதியோரம் உள்ள காடுகள் வழியே அவை வெகு எளிதில் வந்துவிடும். மனிதர்களுக்குத்தான் இந்த எல்லை மற்றும் மாநிலப் பங்கீடுகள் எல்லாம்! யானைகளுக்கு அவை பொருந்தாது! அவை தண்ணீரும், மேய்ச்சலும் உள்ள

இடங்களை நோக்கி பல காத தூரம் பயணிக்கும் வல்லமை படைத்தவை. அத்தோடு, முந்தைய தலைமுறை பயன்படுத்திய வழித் தடங்களை இயல்பாகவே அவை அறிந்திருக்கும். மந்தையை வழி நடத்தும் பெண் யானைக்கு அந்தத் தடங்கள் மற்றும் எந்தெந்தப் பருவங்களில் எங்கெங்கு என்னென்ன கிடைக்கும் என்பதை முந்தைய தலைமுறையிடம் இருந்து அறிந்திருக்கும்; அதை இந்தத் தலைமுறை பெண் யானைகள் அறிந்து கொள்ளும். இப்படிப் பல காலம் பழகிய பகுப்பறிவு அவைகளின் குடும்பச் சொத்து! அந்த வழிகள் தடைப்படும்போது, அடுத்துள்ள நிலங்களை நோக்கிப் படையெடுக்கும் அல்லது நுழைந்து போகப் பார்க்கும். அந்த வேளையில் அந்த நிலங்களில் ருசியான கரும்பு, வாழை, தென்னை போன்ற பயிர்கள் இருந்தால், ஒரு கை பார்த்து விட்டுத்தான் போகும்!

நஞ்சன் சொன்னார், ‘நீ போய் அக்கிரி ஆப்பீசரிடம் எழுதிக் கொடுத்து விட்டு, பாரஸ்ட் காரர்களிடம் சொல்லி விட்டு வா. அப்போதான் இன்னும் ஆறு மாசத்துலயாவது பணம் கிடைக்கும்’. சென்னன் பெருமூச்சு விட்டுச் சொன்னார். ‘அதுக்கு குறைஞ்ச பச்சம் ரெண்டாயிரமாவது வேணும். அதுக்கு மேலே இன்சுரன்சுகாரர், பாங்க் இதுக்கெல்லாம் காசு வேணும்; பயிர நட பணம் வேணும். எங்க போறது?’ என்றார். ‘என்ன செய்யறது? நம்ம ஊர் கவுண்டர் கிட்ட ஒரு பத்தாயிரம் கடன் வாங்கு. ஆறு மாசத்துல திருப்பிக் கொடுத்திடலாம்’ என்றார் நஞ்சன். ‘அவரு எல்லாம் சேர்த்து பதினஞ்சாயிரமா எடுத்துட்டுப் போயிடுவாரு. நமக்கு ஐயாயிரம்கூட மிஞ்சாது’, என்று சோகமாகச் சொன்னார் சென்னன். ‘விவசாயி கணக்குப் பார்த்தா உழக்குகூட மிஞ்சாதுன்னு தெரியுமில்லப்பா. அப்புறம் என்ன, விடு,’ என்றார் நஞ்சன். இப்படியாக அன்றைய பொழுது போனது.

மாலையில், டி.எஃப்.ஓ. மற்றும் வனத்துறை அதிகாரிகள் வந்தனர். ‘அய்யா, நான் பல முறை கூப்பிட்டும் நீங்க யாரும் வரலீங்களே,’ என்றார் சென்னன். ‘என்ன அய்யா செய்றது? ஒரே சமயத்தில் நாலு இடங்களில் இருந்து அழைப்பு வந்திடுச்சு. மற்ற இடங்களில் யானைகள் அதிகம்; என்னிடமோ ஆட்கள் குறைவு. அங்கே முடிஞ்சதும் வரலாம்னு இருந்தோம். முடியவில்லை. வேண்டுமென்றே வஞ்சனை செய்வோமா?’ என்றார் அதிகாரி. அவர் சொன்னதும் சரிதான். முந்தைய மாதம் தான் இரு

வேட்டைத் தடுப்புக் காவலர் அடிபட்டு இன்னமும் ஆஸ்பத்திரியில் இருக்கிறார்கள். அவர் போகும்போது, ‘எப்போதும் எச்சரிக்கையாக இருங்க,’ என்று அறிவுறுத்தி விட்டுச் சென்றார். அப்போது, வனவர், ‘போன முறை கூட நீங்கள் எங்களைக் கவனிக்கவில்லை,’ என்று காதைக் கடித்து விட்டுப் போனார்!

அன்றிரவு, சுமார் இரண்டு மணி அளவில், சென்னன் நாய் குரைக்கும் ஒலி கேட்டு சடாரென்று பெரிய துருவு விளக்கை (பெரிய டார்ச்) எடுத்து அடித்துப் பார்த்தார். அதற்குள் அடுத்த நிலச் சொந்தக்காரர் நஞ்சையா, ‘ஆனெ, ஆனெ’ என்று கத்தினார். சென்னன், கருத்த மூன்று உருவங்கள் அவரது வேலியை அசைப்பதைப் பார்த்தார். டார்ச் விளக்கின் ஒளிக்கற்றையை அவற்றின் கண்களில் பாய்ச்சினார்; அருகிலிருந்த தப்பட்டையை அடித்து பெரிய குரலில் மிரட்டினார். அவை ஒன்றும் மசிவதாகத் தெரியவில்லை. மேலே முன்னேறுவது சரியல்ல என்று பட்டது. காரணம், குட்டிகளும் இருந்தன! யோசிக்கும் போது ஒரு யானை முன்னேறி வந்தது. சென்னன் பின்னால் ஓடி விடலாம் என்று திரும்பும் போது கால் தடுமாறி விழுந்தார்! கதை முடிந்தது என்று அவர் பதற்றத்தில் தடுமாறும் போது, குட்டி ஒன்று பயந்து பிளிறிக் கொண்டு சென்றதைக் கண்டு பெரிய யானையும் பின்னே திரும்பிச் சென்றது. சென்னன் தப்பியது போதும் என்று ஓட்டம் பிடித்தார்.

காலையில் கள நிலவரத்தை ஆராயும் போது, முந்தின நாள் போல பெருத்த சேதம் இல்லை என்றாலும், மேலும் சில மரங்கள் பலியானதைக் கண்டார். மனக்கிலேசத்துடன் இருந்தவரைக் கண்ட நஞ்சைய்யா, ‘ஏனு மாடுவதப்பா? கவுண்டர் கடே ஹொகி, சொல்ப சவரன் அப்பு தொக்கொண்டு பன்னி. ஆமேலே நிம்ம கெலசா நோடி,’ என்றார். அதாவது, கவுண்டரிடம் பணம் கடன் வாங்கி மேல் கொண்டு ஆக வேண்டியதைப் பாருங்கள் என்றார். ஒரு ஒன்றரை ஏக்கர் நிலத்தைப் பராமரித்துப் பயன் பெறுவதற்கு எத்தனை பிரச்னைகள் என்று வெதும்பினார் சென்னன். கிடைக்கும் பணத்தில் பாதி இப்படி அநியாய வட்டியாகவும் லஞ்சமாகவும் போகிறதே என்ற வயிற்றெரிச்சலுடன், யானைகள் வேறு பழி வாங்குகின்றன. மோசமான மனநிலையில் சென்னன் வீடு திரும்பினார். ஒவ்வொரு வருடமும் இதே கதைதான். மாற்றமில்லை. விடிவு என்பதே இல்லை. சாப்பாடு பிடிக்காமல் ஏதோ குருட்டு யோசனையில்

ஆழ்ந்தார். வீட்டில் மனைவி அமைதி காத்தார். அவருக்குத் தெரியும், இது எத்தனை கஷ்டமான நேரம் என்று. இப்படியே ஒவ்வொரு வருடமும் நடப்பதும், கடன்பட்டுப் பட்டுத் திண்டாடுவதும் தொடர் கதை ஆகி விட்டது.

ராத்திரிக்கு இன்னும் இரண்டு மூன்று பேராகக் காவலுக்குப் போவது நல்லது என்று பேசிக்கொண்டதோடு, சென்னனிடமும் எல்லோரும் சொன்னார்கள். பார்க்கலாம் என்று சென்னன் சுருக்கமாக முடித்து விட்டார். ஊரே வெகு அமைதியாக இருந்தது. இரவு எப்போதும் போல எல்லோரும், பெரிய துருவு விளக்கு, வெடிகள், மற்றும் பந்தங்களுடன் சென்றனர், சென்னன் உட்பட. எப்போதும் போல யானைகளும் இரவு பன்னிரண்டு மணிக்கு மேல் படையெடுத்தன!

அடுத்த நாள் அதிகாலை வனத்துறைக்குச் செய்தி பறந்தது – ‘மாரண்டஹள்ளியில் முறையற்ற வழியில் வேலியில் மின்சாரம் பாய்ச்சியதில் மூன்று யானைகள் உயிரிழந்தன; விவசாயி தலைமறைவு. சோகமான நிகழ்வு,’ எனத் தகவல் சென்று சேர்ந்தது.

6. உருமாற்ற விந்தை

ராமசாமி கவுண்டரிடம் இருந்து வாங்கி வந்த அரளிச்செடி மட்டும் சற்று வாடி இருப்பது போல எனக்குத் தோன்றியது. மற்றச் செடிகள் எல்லாம் நன்றாக வளர்ந்து வருகையில், அரளி மட்டும் ஏன் இப்படி சோகை பிடித்தது போல இருக்கிறது என்று கவலையாக இருந்தேன். மறுநாள் தண்ணீர் விடும்போது, நன்றாகச் செடியை நோட்டம் விட்டேன். எதிர் வீட்டுப் பெண், 'என்ன அங்கிள், அரளிச் செடியை முதன்முதலாக வளர்க்கிறீர்களா?' என்று கிண்டல் அடித்தாள்! அவளுக்கு என் கவலை எப்படிப் புரியும்? ஒரு வழியாக, சில இலைகளின் அடிப்பாகத்தில் சின்னச் சின்ன வெள்ளை உருண்டைகள், பொட்டுகள் போன்று இருப்பதைப் பார்த்தேன். ஏதேனும் பூச்சிகளாக இருக்குமோ என்று எண்ணினேன். எதற்கும் ஓரிரு நாட்கள் கழித்து மீண்டும் ஒரு முறை பார்த்த பின் முடிவு செய்யலாம் என்று பட்டது. அதனால், அன்று ஏதும் செய்யாமல் விட்டு விட்டேன்.

மறு முறை தண்ணீர் பாய்ச்சும் போது, அந்த வெள்ளை உருண்டைகளில் இருந்து சிறிய புழுக்கள் வெளிவந்து கொண்டிருப்பதைக் கண்டேன். இப்போது, விஷயம் ஓரளவு தெளிவானது. ஏதோ ஒரு வண்ணத்துப்பூச்சி இந்த இலைகளில் முட்டை இட்டு இருக்கிறது, அவை தற்போது பொரிந்து, கம்பளிப் புழுக்களாக வெளிவந்து கொண்டிருக்கின்றன, என்பது தெளிவானது.

இப்போது என் ஆர்வம் பல மடங்காகி, என்னை சும்மா இருக்க விடவில்லை! ஒவ்வொரு மணி நேரத்திலும், பல முறை அரளிச் செடியைப் பார்வையிட்டவாறு இருந்தேன். என் நோட்டம் வீண் போகவில்லை! இரண்டு மூன்று முறை, சாதா காக்கை (common-crow) அரளிச் செடியை வட்டமிட்டதோடு, சில இலைகளின் அடியில் அதன் அடி வயிற்றுப் பகுதியை வளைத்துத் தேய்த்ததைப் பார்த்தேன். இவை முட்டை இடுகின்றன என்பதும், சாதா காக்கை வண்ணத்துப்பூச்சி என்பதும் நிரூபணமானது.

இப்போது ஆராய்ச்சி சூடு பிடிக்கத் தொடங்கியது! அரளிச்செடி சாதா காக்கை வண்ணத்துப்பூச்சியின் உணவுச்செடிதானா என்பதுடன், இது குறித்த தரவுகள் ஏதும் உண்டா என்ற விவரங்கள் குறித்து அறிய முற்பட்டேன். முதலில் நினைவுக்கு வந்தவர் முனைவர் பானுமதி. அவரை எங்கள் வட்டங்களில், பாவை பானு என்றுதான் அறிவர். காரணம், அவரது முனைவர் பட்டம், பாவைக் கூத்து பற்றியதாக இருந்ததுதான். அவரது பல, பிற திறமைகள் எல்லோருக்கும் தெரியாது. சிறந்த இயற்கைக் கல்வியாளர்; வண்ணத்துப்பூச்சி மற்றும் அந்துப் பூச்சிகள் குறித்து நல்ல ஞானம் கொண்டவர்; நல்ல பறவையாளர்; பாவைக் கூத்து பற்றி நன்கறிந்தவர் என்று பலவற்றைக் கூறலாம்! இங்கு அவர் பற்றிப் பேசி நாம் நமது விஷயத்தை விட்டு விட வேண்டாம்! இது குறித்துக் கேட்டவுடன், அவர் அரளிச்செடி சாதா காக்கை வண்ணத்துப்பூச்சியின் உணவுச் செடிதான் என்றும், வெகு இயல்பாக அவை அரளியைக் குறிவைக்கும் என்றும், பல தரவுகள் வலையில் கிடைக்கும் என்றும் கூறினார்.

அடுத்த ஒரு வாரத்தில், சின்னச் சின்னப் புழுக்கள் பெரிய கம்பளிப் புழுக்களாக ஆனதோடு, மிகுந்த வண்ணங்கள் கொண்டதாகவும் மாறின. அடையாளம் தெரியாத அளவுக்கு அந்தக் கம்பளிப் புழுக்கள் கொழுத்து, கொம்புகளுடன், பல வண்ணங்களில் ஒளிர்ந்தன. ஓரிரண்டு புழுக்கள், சின்னதாக ஒரு கூண்டைக் கட்டி அதனுள் சென்று கூட்டுப்புழு பருவத்தைக் கழிக்கத் தயாராகி விட்டன! நான் நன்கு வளர்ந்த புழுக்களையும், கூண்டுகளையும் படமெடுத்துப் பானுவுக்கு அனுப்பி, மேலும் அவற்றின் அடையாளத்தை உறுதி செய்து கொண்டேன். எனக்கு இது ஒரு நல்ல பொழுதுபோக்கு மட்டுமல்ல, பல இயற்கை விந்தைகளை அறியவும் ஒரு சந்தர்ப்பம் ஆனது. அத்தனைச் சிறிய கூண்டிற்குள் அந்தப் புழு கிட்டத்தட்ட 10 நாட்கள் உணவின்றி, காற்றின்றி எப்படி உருமாறுகிறது என்பது பெரும் விந்தையாக இருந்தது!

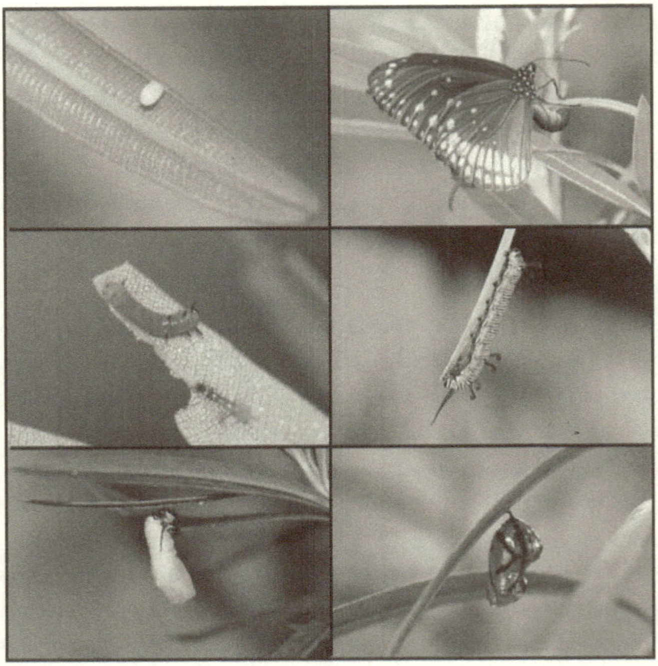

எப்படித் தன்னைச் சுற்றி, தானே எச்சிலால் ஒரு கூண்டைக் கட்டிக் கொள்கிறது எனப் பல இயற்கை விந்தைகளைக் காணும் வாய்ப்பு கிட்டியது.

ஆரம்பத்தில் சின்னதாக இருந்த புழு சற்றுப் பெரிதாகி, அரளி இலைகளையே உணவாகக் கொண்டு வளர்ந்தன. இதன் காரணமாக, செடி சற்றே சோகை பிடித்தது போல இருந்தது. பல வண்ணத்துப் பூச்சிகள் ஒரே செடியை நாடினால், இப்படித்தான் ஆகும்! அருகில் பல அரளிச் செடிகள் இருந்தாலும், இந்த ஒரு செடி மீதுதான் பல வண்ணத்துப் பூச்சிகள் வந்தடைந்தன. இளந்தளிர்கள் அதிகமா அல்லது உண்ண வசதியான நிலையில் இருந்தனவா என்பது மற்றொரு ஆராய்ச்சியால்தான் அறிய முடியும்! இயற்கை இதுபோல பல விந்தைகளை நம் கண்ணெதிரே நிகழ்த்தினாலும், எத்தனை பேர் அதைப் பார்க்கத் தயார் என்பது ஒரு பெரிய கேள்விதான்! வாழ்க்கை எவ்வளவு சுலபம் என்பதை இயற்கையை நுணுகிப் பார்த்தால் புரியும். ஆனால், பார்க்கப் பெரும்பாலானோர் தயாரில்லை என்பதோடு, வேறு பல பணிகளை மிக முக்கியம் என்று கருதி வாழ்க்கையைத் தொலைக்கிறோம்!

வண்ணமயமாக புழுக்கள் இருப்பதால், மற்ற விலங்கினங்கள் அவற்றை நெருங்குவதில்லை. இருந்தும், சில புழுக்கள் மற்ற விலங்கினங்களுக்கு இரை ஆவதுண்டு. நன்கு உண்டு கொழுத்து, ஒரு பத்து நாட்கள் கூட்டுப்புழுவாக இருக்கத் தயார் செய்து கொண்ட பின், ஓர் இலையின் காம்பில் தன்னை இணைத்துக் கொண்டு, தமது எச்சில் மற்றும் பிரியும் மேல் தோல் துணை கொண்டு ஒரு கூட்டைத் தன்னைச் சுற்றி உருவாக்குகிறது. அது ஒரு சரவிளக்கு போல சில பல இலைகளின் அடியில் பல வண்ணங்களில் தொங்கும். காரணம், கூட்டின் முதிர்ச்சியைப் பொறுத்து அதன் நிறம் மாறும்.

நன்கு வளர்ந்த கூடு அதிகக் கருமை கொண்டிருக்கும். இடைப்பட்டது சற்று மஞ்சள் கலந்த பச்சையாக இருக்கும். அரளிச் செடியில் விளக்குகள் கொண்டு அலங்காரம் செய்தது போல ஜாஜ்வல்யமாக இருக்கும். அதன் பின், நல்ல கருநிறம் அடைந்த கூட்டில் இருந்து முழு வளர்ச்சி அடைந்த வண்ணத்துப் பூச்சி மெதுவாக வெளி வரும். காரணம், அதன் கால்கள் மற்றும் உறிஞ்சு குழல் (மிக மென்மையானவை) மடக்கி வைக்கப்பட்ட நிலையில் இருந்து, நிதானமாக வெளிக்கொணரப்பட வேண்டும்! இல்லையெனில், உடைந்து போக வாய்ப்பு உண்டு! அதன் பின் கூட்டின் மேலேயே சற்று ஓய்வு எடுத்து விட்டு, செடியின் கிளைகளில் தங்கி இளைப்பாறி பின் பறக்கும். இவை (சாதா காக்கை) விஷமுள்ள வண்ணத்துப் பூச்சிகள் என்பதால், பறவைகள் பெரிதும் விரும்புவதில்லை; வேட்டையாடு வதில்லை.

இப்படியாக, ஒரு பத்து சாதா காக்கை வண்ணத்துப் பூச்சிகளின் உருமாற்றத்தை நான் என் ஜன்னல் வழியே கண்டு ரசிக்க முடிந்தது. முட்டை விரிந்து புழுக்கள் வந்த உடன், எனது முழு நேர கவனம் அவற்றின் மீதுதான் இருக்கும். கூட்டுப்புழு நிலையில், கூடுகள் பத்திரமாக இருக்க வேண்டுமே என்ற கவலை; கூட்டைப் பிளந்து வரும் போது சேதம் இல்லாமல் வர வேண்டுமே என்ற கவலை; பின்னர் நல்லபடியாகப் பறந்து செல்ல வேண்டுமே என்ற கவலை எனப் பல நிலைகளில் பதற்றம் அடைந்தாலும், இந்த உருமாற்ற நிகழ்வு என்னைப் பல விதங்களில் வாழ்வைப் புரிந்து கொள்ள உதவியது என்றால் தவறில்லை!

7. நாடகம்

கொம்பனுக்கு மிகுந்த ஆயாசமாக இருந்தது. மலை அடிவாரத்தில் இருந்து தினமும் இடைப்பட்ட தடங்கல்களைத் தாண்டி தண்ணீரும் உணவும் கிடைக்கும் விளைநிலங்களை நாடி வருவது அவ்வளவு எளிதாக இருக்கவில்லை. வழியில் ரயில் பாதை, வாகனங்கள் சீறிப் பாயும் சாலை, மற்றும் ஆலைகள், குடியிருப்புகள் எனப் பல தடைகள். அத்துடன் மானிடப் பதர்களின் இடையறா விரட்டல்கள். என்றாலும் கடந்த நான்கைந்து நாட்களாக மனிதர்களின் இடையூறுகள் அதிகரித்துக் கொண்டே போகின்றன. ஆனால் வேறு வழியில்லை; கொம்பனுடன் இணைந்த வேறொரு யானைக் கூட்டம் இந்தப் பகுதியில்தான் நடமாடிக் கொண்டிருக்கிறது. அதில்தான் அவனது காதலியும் இருக்கிறாள். எனவே இன்றும் இருட்டியபின் ஒரு முறை சென்றே தீர்வது என்ற முடிவுடன் புறப்பட்டான்.

வனப் பாதுகாவலர் அபூபக்கரின் அலுவலகத்தில் கடைசி நேர ஆலோசனைகள் நடந்து கொண்டிருந்தது. முதன்மைக் காட்டுயிர் காப்பாளர் குல்கர்னி போன் செய்து, ‘என்னா அபூபக்கர் சாப், tusker ஐ பிடிக்க ஏற்பாடு செய்தாச்சா? நீங்கோ எது செஞ்சாலும் சரி, புடிச்சிடுங்கோ. நீலகிரிலே மேன் ஈட்டிங் டைகரைப் பிடிச்சா மாதிரி செஞ்சாலும் சரி. நானு கண்டுக்க மாட்டேன்,’ என்றார்.

இதைக் கேட்ட அபூபக்கர், ‘என்ன செய்வீர்களோ தெரியாது. இந்தக் கொம்பனைப் பிடிச்சே தீரணும். அமைச்சரிலிருந்து உள்ளூர் கட்சிக்காரன் வரை படுத்தும் பாடு தாங்கவில்லை. இது

இல்லாமல் மீடியாக்காரன் வேறே' என்று தன் சக அலுவலர்களிடம் அலுத்துக்கொண்டார்.

'சார் கொம்பன் என்பதால்தான் இத்தனைப் பிரச்னை, நல்ல ட்ராக்கர் இருந்தாலும் நெறைய ரிஸ்க்தான்' என்றார் கால்நடை மருத்துவர் சிங்காரம். 'அதுதான் கும்கிங்க இருக்கே' என்றார் பாதுகாவலர். 'சார் கொம்பன் கும்கிங்க இருக்கிற இடத்துக்கு வரணுமே. வேற வழியிலே போய்ட்டா...' என்று இழுத்தனர் மற்ற அதிகாரிகள்.

'அப்ப நஞ்சனைக் கூப்பிடுங்கப்பா' என்றார் அபூபக்கர். நஞ்சன் கிட்டத்தட்ட ஐம்பது வயது ஆன பழங்குடி இனத்தவர். யானைக் காடுகளிலேயே சிறு வயது முதல் வாழ்ந்து பழகியதால் யானையைப் பற்றிய நல்ல அறிவும் அதன் பழக்க வழக்கங்களை நன்கு புரிந்தும் செயல்படக்கூடியவர். ஆனால் இன்றும் கடைநிலை ஊழியராகவே இருப்பவர். யானைகளைப் பற்றி ஆய்வு மேற்கொள்ளும் பல ஆராய்ச்சியாளர்களும் விரும்பித் தேடும் வனவிலங்கு வழிகாட்டி அவர். காட்டிலே பணி புரிவதை ஒரு பெருமையாகக் கருதுபவர்.

நஞ்சன் வந்ததும் எல்லோரும் பெரிய நிம்மதி அடைந்தனர். 'வாப்பா நஞ்சன், நீதான் எங்க எல்லோரையும் காப்பாத்தணும்' என்றதும், 'ஐயா ஏனுங்க பெரிய பேச்செல்லாம், நான் உங்க ஸ்டாப் ஐயா. எப்பிடியும் பிடிச்சிரலாம்ங்க. மின்னே ஒரு பூசை போட்டே ஆவணுங்க' என்றார்.

எல்லாப் பழங்குடிகளும் காட்டில் போவதற்கு முன்போ அல்லது விலங்குகளைப் பிடிக்கப் போகும்போதோ கட்டாயம் அவரவர் மரபுப்படி தெய்வங்களை வேண்டுவதுடன் பூஜையும் போடுவர் . அதில் சிறிய பலியும் இடப்படும். இது அவர்களுக்குத் தேவைப்படும் ஒரு மன ஒருமைப்பாட்டையும், தன்னம்பிக்கையையும், விலங்குகளுக்குத் துன்பம் நேரிட்டால் அதிலிருந்து வரும் இடர்களைத் தெய்வம் மன்னிக்கும் என்ற அமைதியையும் தரும். ஜீஷன் அலி போன்ற பகுத்தறிவுவாத சுற்றுச்சூழல்வாதிகள் அதைக் கேலி செய்தாலும், பழங்குடிகள் அவர்களது பாரம்பரிய வழக்கங்களை விடுவதில்லை.

அமைச்சர் கோவன் பெரும் கோபத்தில் இருந்தார். 'தேர்தல்லே அந்தப் பகுதி மக்கள் எல்லாம் நமக்குதான்யா வோட்டு போட்டிருக்கானுங்க. எம்எல்ஏ போனெப் போட்டு

வறுக்கிரான்யா. என்ன செய்வீங்களோ ஏது செய்வீங்களோ இதுக்கு ஒரு முடிவு கட்டணும். யானை செத்தாலும் சரி, பிரச்னை முடியணும். சும்மா பேசிக்கிட்டு திரியாதிங்க' என்று கடித்தார்.

முன்பே மற்ற டிராக்கர்கள் கொம்பனின் தினசரி நடமாட்டத்தைக் கண்டு வைத்திருந்ததாலும், தோட்டக்காரர்கள் இரவு ரோந்தில் கொம்பனின் பழக்கங்களைக் கண்டிருந்ததாலும், நஞ்சனுக்கு அதன் வழக்கமான பாதையைக் கண்டுபிடிப்பது கடினமாயில்லை. மேலும் தோட்டங்களுக்கும் பிரதான சாலைக்கும் இடையே உள்ள குட்டையில் நீர் குடிக்கும் பழக்கத்தையும் கண்டதால் வேலை இன்னும் எளிதாயிற்று. அத்துடன் மனிதர்களைக் கண்டு அஞ்சும் குணம் அறவே கொம்பனிடம் இல்லாததால் பெரிதாக மறைந்திருந்து முடிக்கத் தேவையில்லாது போயிற்று.

கொம்பன் பெரும்பாலும் ஒரே தடத்தில் வருவதை வழக்கமாகக் கொண்டிருந்ததால் வனத்துறையினர் கும்கிகளை அதன் இரு புறமும் அதன் பார்வையில் படாதவாறு நிலைப்படுத்தினர். ஆயினும் யானையின் மோப்ப சக்தி அபரிமிதமானது, வெகு தொலைவிலிருந்தே மனித வாடையை அறிய இயலும். இருந்தாலும் கும்கிகளின் வாடையும் இருப்பதால் கொம்பன் பெரிதாகச் சந்தேகப்பட வாய்ப்பில்லை என்று வியூகம். நஞ்சன் முன்னே சென்று கொம்பன் வரும் வழியைத் தெளிவாக அறிந்த பின் மற்றவர்களுக்குச் சமிஞ்ஞை தருவதுடன் கொம்பனின் உடலில் மயக்க மருந்தினைச் செலுத்தவும் உதவ வேண்டும் என்பது திட்டம். இந்த வேலை கொம்பன் நீர் அருந்த நிற்கும் குட்டைக்கு அருகிலேயே நடக்க வேண்டும் என்றும் முடிவானது. காரணம் அந்நேரம் அவன் சற்றே சூழலை மறந்து தாகத்தைத் தணித்துக்கொள்ளுவதிலேயே கவனமாக இருப்பான். மயக்க மருந்து செலுத்தும் முன்பு கும்கிகள் முன்னே சென்று மிகப் பெரிய வட்டமாகச் சூழ்ந்து கொண்டு கொம்பன் அவர்களது பார்வையில் இருந்து ஓடாமல் பார்த்துக்கொள்ள வேண்டும் என்றும் ஏற்பாடு.

கொம்பன் இப்படி அடிக்கடி தோட்டங்களுக்குள் வந்து தொல்லை கொடுப்பதைத் தோட்டத்துச் சொந்தக்காரர்கள் விரும்பவில்லை என்பதோடு வனத் துறையையும் குறை சொல்லிக் கொண்டிருந்தனர். 'இந்த முறையும் வனத் துறை நடவடிக்கை எடுக்கலைன்னா பேசாமே கரெண்ட இழுத்து விட்டிற வேண்டியதுதான். எத்தினி நாள்தான் சும்மா இருக்கிறது?

மத்திய அரசு வேற பயிர்களை அழிக்கிற மிருகங்களைக் கொல்லலாம்னு சொல்லிடுச்சே, அப்பறம் என்ன?' என்றார் ஊர் கவுண்டர். 'போனைப் போட்டு DFO ஐயாகிட்டவும் எம்எல்ஏ கிட்டவும் சொல்லிடுவோம்' என்று முடிவெடுத்தனர். ஒரு இருபது முப்பது வருடங்களுக்கு முன் வரை இந்தத் தோட்டங்கள், கல்லூரிகள், மற்ற ஆலைகள் உள்ள இடங்கள் எல்லாம் யானை வழித் தடங்களாக இருந்தன. அப்போது விலங்குகள் ஊருக்குள் புகுவதென்பது நடைபெறாத சமாசாரமாக இருந்தது. காரணம், இத்தனை வளர்ச்சி (!?) அந்தப் பகுதியில் இல்லை.

நிலைமை தனக்கு எதிராகப் போய்க்கொண்டிருக்கிறது என்பதை உணராத கொம்பன் தன் பயணத்தைத் தொடங்கினான். வடகிழக்கில் சிமெண்ட் ஆலை தூரத்தில் தெரிந்தது. ரயில்வே தண்டவாளத்தை எப்போதும் போல ரயில் வராத சமயத்தில் கடந்தாயிற்று; சற்று முன்பு ஒரு யானைக்கூட்டம் போனது தெரிந்தது. இனி உள்ள தடை நெடுஞ்சாலைதான். அதன் பின் மனிதர்கள்தான். ஆனால் அவர்களைக் கண்டு கொம்பன் என்றும் பயந்தது இல்லை. கட்டாயம் தொல்லை தருவர் என்றாலும் மிரட்டும் அளவுக்குத் தைரியம் இல்லாதவர்கள் என்று கொம்பன் புரிந்து வைத்திருந்தான்.

கொம்பன் தனது மனம் போலத் தோட்டத்திலுள்ள பயிர்களை மேய்ந்து விட்டுப் பார்த்தால் விடிகாலை ஆனது தெரிந்தது. சற்றே விரைவாகவும் கவனக் குறைவாகவும் திரும்பி வரத் துவங்கும் போது, குட்டையில் தண்ணீரும் குடித்து விட்டே போகலாம் என்று நின்று நீரை அருந்தத் துவங்கினான். நான்கைந்து முறை குடித்த பின் விலாவில் சுளீர் என்று ஏதோ தைத்தது போல இருந்ததோடு எரிச்சலும் தொடங்கியது. ஏதோ விபரீதம் என்று புரிந்து வழக்கமான பாதையில் விரையத் துவங்கினான். சற்றுப் பயணித்ததும் மனித வாடையுடன் யானை வாடையும் வருவது கண்டு சற்றே குழம்பிப் போய் பாதையை மாற்றலாமா என்று யோசித்து நின்ற வேளையில் யானை வாடை அருகே வரத் துவங்கியது. சுதாரித்து முடிவெடுக்கும் முன் மனிதர்களும் அங்குமிங்கு தொலைவில் ஓடுவது வேறு குழப்பியது. யானைகளைக் கண்டா அல்லது வேறு எண்ணங்களோடு மனிதர்கள் வந்துள்ளனரா என்று புரியாமல் நின்ற அந்த சில நிமிடங்கள் கொம்பனின் சுதந்திர வாழ்வைப் பறித்து விட்டன.

கொம்பன் பார்த்துக்கொண்டே இருக்கும் வேளையில் நான்கு கும்கிகளும் சுற்றி வளைத்து நிற்க நஞ்சன் உதவியோடு சற்றுத்

தூரத்திலிருந்தே சிங்காரம் துப்பாக்கி மூலம் மயக்க மருந்தைச் செலுத்தினார். பின் பக்கம் எரிவது போன்ற உணர்வுடன் இங்கிருந்து ஓடுவதே நல்லது என்று அடி எடுக்கும் போதுதான் கொம்பனுக்கு தான் நடப்பதே இயலாமல் போனது தெரிந்தது. பெரு முயற்சியுடனும் பயங்கரப் பிளிறலுடனும் செய்வதறியாது தடுமாறித் துடிக்கும்போது சுருக்குக் கயிறுகளைக் கொண்டு கொம்பனைப் பிணைத்தனர். ஆபரேஷன் கொம்பன் என்று பெயரிடப்பட்டு இருந்த இந்த முயற்சியை முன்கூட்டியே அறிந்து கொண்ட மக்கள், மீடியாக்காரர்கள், பெரும் திரளாகக் கூடி இருந்தனர். மக்கள் வெறி கொண்டவர்கள் ஆகி கொம்பனைப் பிடித்ததை ஒரு சாகசமாக எண்ணி ஆர்ப்பரித்தனர்.

கொம்பன் இனி நம் பலம் கொண்ட மட்டும் போராடுவதுதான் நல்லது என்ற முடிவுடன் கும்கிகளின் இழுப்புகளுக்கு வளையாமல் நின்றான். கும்கிகளோ கொம்பனை முழு வேகத்துடன் முட்டியும் குத்தியும் வனத்துறை வண்டியில் ஏற்றப் பார்த்தன. உடலெல்லாம் காயத்துடனும் மனமெல்லாம் வெறுப்புடனும் கொம்பன் முடிந்த வரை போராடி மேலும் ரத்தக் களரியானான். மயக்க மருந்தின் விளைவும் சேர சோர்ந்து போய் கும்கிகள் தள்ளி விட்டு வண்டியில் சென்று விழுந்தான்.

கூடியிருந்த மக்கள் ஒரு வீர தீரச் செயலைக் கண்டதுபோலக் கொண்டாடினர். சிங்காரம் கையில் மறுபடி மயக்கமருந்து துப்பாக்கியை எடுப்பது கண்டு நஞ்சன் பதறி, 'ஐயா என்ன செய்யப் போறீங்க?' என்றார். 'இந்த யானை முதுமலை வரை போகணும். அதனாலே இன்னொரு டோஸ் மயக்க மருந்து கொடுத்திருவோமேன்னு பாக்குறேன்' என்றார். 'வேணாம் ஐயா ஏற்கெனவே ரொம்ப மோசமாயிருச்சு. யோசிச்சுச் செய்ங்க' என்றார். சிங்காரம் அவரை ஒரு நெடிய பார்வை பார்த்து விட்டு பதிலேதும் சொல்லாமல் இரு முறை இப்புறமும் அப்புறமும் நடந்து விட்டு துப்பாக்கியை எடுத்து மீண்டும் ஒரு டோஸ் மருந்தை கொம்பனின் உடலில் செலுத்தினார். அதிர்ந்து அடங்கியது கொம்பனின் உடல். துதிக்கை வண்டியின் பக்கவாட்டுக் கம்பிகளில் பாம்பு போலப் பிணைந்து நின்றது. அரை மயக்கமாகக் கொம்பன் அவஸ்தையில் நின்ற நிலையில் அவனது பயணம் தொடங்கியது.

முதுமலையில் மீண்டும் சித்ரவதை. அடித்தும் கும்கிகளைக் கொண்டும் கொம்பனை க்ராலில் (மரக் கூண்டு) தள்ளினர்.

குற்றுயிரும் கொலையுயிருமாக எதுவும் பிடிக்காமல் வெறி பிடித்தது போல் க்ராலில் முட்டி மோதியவாறு கொம்பன் பலத்த குரலில் பிளிறியவாறு நாளெல்லாம் கழித்தான். மலை அடிவாரக் காடுகளின் நினைவும், காதலியின் நினைவும், சுதந்திரப் பறவையாகத் திரிந்ததும் மங்கலாக நினைவில் ஓடியது. வெளியில் வருவது இயலாதோ என்று என்னும் போதே துக்கம் பொங்கியது. இவற்றுடன் பாழாய்ப்போன மயக்க மருந்தின் விளைவு வேறு என்னென்னவோ செய்யத் துவங்கியது. மெல்ல மெல்ல நினைவிழக்க ஆரம்பித்து உடலும் அடங்க ஆரம்பித்தது. விபத்தில் சிக்கியவரைப் போன்ற சொல்லொணாத மன வேதனை தாக்கியதில் இதயம் துடிக்க மறந்தது. கொம்பன் மீளாத்துயிலில் ஆழ்ந்தான்.

நஞ்சன், கொம்பனின் மரணம் கேட்டு வாய் விட்டு அழுதார். 'என்ன பாவம் பண்ணிட்டேன் ஐயா! எத்தினி வருஷம் யானை டாக்டர் மூர்த்தி ஐயாவோடு போயிருக்கேன். ஒரு வாட்டி கூட எந்த யானைக்கும் கேடு வந்ததில்லையே. அவரு ஊசி போடறதும் தெரியாது; யானையைக் கொண்டு வரதும் தெரியாது; நாங்க கூட பயந்துக்குவோம், அவரு பீல்ட்லே நின்னு வெளையாடுவார். அது மாதிரித்தான் நடக்கும்னு நினைச்சேன். இப்புடி ஆயிடுச்சே'. என்ன அழுதும் பயன் இல்லை என்றாலும் அவர் அதிர்ந்து போனார். காட்டுயிருடன் வாழ்ந்தவர் ஆயிற்றே.

தோட்டக்கார கௌண்டரும் ஊர் மக்களும் உடனே போஸ்டர் அடித்து அஞ்சலி செலுத்தினர். இது ஏதோ தலைவரின் மரணம் போல! இருந்தவரைக் கொல்ல நினைத்துவிட்டு இப்போது கூலிக்கு மாரடிப்பு! நாளை தேங்காய் பழம் வைத்துப் பூஜையும் போடலாம்!

சென்னையில் அமைச்சர் வனவிலங்கு விழாவில், 'யானைகள் மதிப்பிற்கு உரியவை; விநாயகரின் அம்சம்; காட்டின் உயிர்நாடி', என்று அடுக்கு மொழியில் கவித்துவமாகப் பேசிக் கொண்டிருந்தார், முதன்மை காட்டுயிர் காப்பாளர் குல்கர்னி சகிதம்!

வனத்துறை இந்த மரணம் யானை க்ராலில் முட்டி மோதி ஏற்பட்ட காயத்தால் நேர்ந்தது என்று ஒரு கால்நடை மருத்துவர் குழு அறிக்கையைத் தாக்கல் செய்து தன் கடமையை முடித்துக் கொண்டது.

8. காட்டெருமையின் முக்காரம்!

அன்று ரகுவுடன் கேர்மாளம் வழியாகக் கடம்பூர் வரை ஒரு தனிப்பட்ட வேலைக்காகச் செல்ல வேண்டிய நிர்ப்பந்தம். கூடவே இயற்கை வேளாண் வல்லுநர் சுந்தரராமனும் வருவதாக ஏற்பாடு. எனவே, ஒரு நல்ல மகிழுந்தைத் (கார்) தெரிவு செய்து பயணத்தைத் தொடங்கினோம். ஏனெனில், சுந்தரராமன் 85 வயது முதியவர் என்பதோடு, முழங்கால் வலியால் சற்றே சிரமப்படுபவர். எனவே, சற்று வசதியான கார் இருந்தால் நல்லது என்று நினைத்தோம். காலை 7 மணிக்கெல்லாம் புறப்பட்டாகி விட்டது. வெயிலின் கடுந் தாக்கத்தின் முன்பு பெரும்பாலான பணியை முடித்து விட்டால், கஷ்டப்பட வேண்டாம் என்று திட்டம். 8 மணிக்கு அரேபாளையத்தில் சுப்பப்பா கடையில் நல்ல காலை உணவை முடித்துக் கொண்டு கேர்மாளம் நோக்கிப் பயணமானோம். அங்கு உள்ள நண்பருக்குத் தகவல் கொடுத்தாகிவிட்டது. இந்த வழியும் சரி மற்றும் இந்த வழியில் உள்ள கிராமங்களும் சரி, வன உயிரினங்களைக் காணத் தோதாக அமைந்தவை. பழைய கென்னெத் அன்டேர்சன் கதைகளைப் படித்தவர்கள் இதுபற்றி அறிவார்கள்.

கெத்தேசால் தாண்டியதும், சாலையின் ஓரத்தில் ஒரு காட்டெருமை மேய்ந்து கொண்டிருந்தது. நல்ல திடகாத்திரமான உருவம்; திமிறும் தசைகள்; உறுதியான கொம்புகள்; சற்றும் பதறாத பார்வை என மிகக் கம்பீரமாக இருந்தது! நல்ல வயதான எருமை எனப்பட்டது எனக்கு. ஏனெனில், கண்கள் சுருங்கி,

பார்வையில் ஓர் அசட்டை தெரிந்தது. என்னுடைய கணிப்பில், வயது முதிர்ந்ததால், அது கண் புரையால் பாதிக்கப் பட்டிருக்கலாம் என்று தோன்றியது. சற்றும் கவலையில்லாமல் அது எங்கள் வண்டி அடுத்து வருவதையும், நிற்பதையும் கண்டுகொள்ளாமல் மேய்வதிலேயே கவனமாக இருந்தது. அவ்வப்போது, சற்றே தலையை உயர்த்திப் பார்த்ததோடு சரி; வேறு பெரிய அணுக்கம் தெரியவில்லை! எனக்கு கென்னெத் அன்டேர்சனின் 'கெத்தேசாலின் பெரிய காளை எருமை' (the big bull bison of geddesaal) என்கிற கதைதான் நினைவுக்கு வந்தது!

அதில், அன்டேர்சன் எப்படிச் சற்றே வளைந்து குத்தூசி போல இருந்த அதன் ஒரு கொம்பு, அந்த எருமைக்கு பெரிய ஆயுதமாகப் பயன்பட்டது என்று அற்புதமாக எழுதியிருப்பார்! சற்றுக் குனிந்து தலையை பக்கவாட்டில் சுழற்றித் தூக்கும்போது, எப்படி அந்தச் சிதைந்த அல்லது ஊனமுற்ற கொம்பு எதிரி எருமைகளைக் கிழித்துப் புண்படுத்தியது; பயமுறுத்தியது; ஓட வைத்தது என்பதை விலாவாரியாக எழுதியிருப்பார். இந்த எருமையும் அதைப் போன்ற ஒரு திடகாத்திரமான உடல் கொண்ட எருமைதான்! என்ன, கொம்பு வளைந்திருக்கவில்லை! மற்றபடி, ஒரு குட்டி யானையைப்போல் தான் இருந்தது! மேலும், அவர் அந்த எருமை எப்படித் தன்னுடைய கூட்டத்தைக் காப்பாற்றிக் கொண்டிருந்தது என்பது குறித்தும் மிக விரிவாக எழுதி இருப்பார்! அந்தக் காலத்தில் இந்த வழியாகப் போனவர்கள் பலர் அந்தத் திருகுக் கொம்பு எருமையைப் பார்த்து வியந்திருக்கிறார்கள் என்றும் அறிகிறோம். இதேபோல முன்பு பண்ணாரியில் இருந்து திம்பம் செல்லும் சாலையில் சமதரையிலேயே ஒரு பெரிய காட்டெருமை இருந்தது; அதற்கும் நல்ல வயதாகியிருந்தது! ஆங்கிலத்தில், sinewy என்று சொல்லுவார்கள். நல்ல கட்டுமஸ்தான உடல் மற்றும் திமிரும் தசைகள் கொண்ட உடல் என்று பொருள் பட. எனக்கு இது போன்ற எருமைகளைக் காணும் போது இதுதான் நினைவுக்கு வரும்! அதே போல கோத்தகிரி போகும் வழியில் மாமரத்துக்கு அருகில் இதைப் போன்ற நல்ல கட்டுமஸ்தான உடல்வாகு கொண்ட காட்டெருமைகளைக் காணலாம்.

காட்டெருமைகள் பார்ப்பதற்குச் சாதுபோலத் தோன்றினாலும், அவற்றின் ஆக்ரோஷம் மற்றும் வேகம் மின்னல் போன்றது. அவை நிலை மாறி விட்டால், எல்லாம் சர்வ நாசம் தான்! எப்படி கெத்தேசால் திருகு கொம்பு காட்டெருமை ஒரு ஜீப்பைப் புரட்டிப்

போட்டது என்று அன்டேர்சன் மிகச் சுவாரஸ்யமாக எழுதியிருப்பார்! அதே வகையில், சில ஆண்டுகளுக்கு முன் திம்பம் அருகே ஒரு புகழ் பெற்ற நடிகரின் ஜீப்பைப் பந்தாடி விட்டது! அதுவும் காயமடைந்தது என்பது வேறு விஷயம். கோத்தகிரி போகும் வழியில் உள்ள எஸ்டேட்டுகளில் பணி புரிபவர்களைக் கேட்டால் தெரியும் காட்டெருமையின் சினம் என்ன செய்யும் என்று! சாதாரணமாக, தேயிலை பறிப்பவர்கள் அருகில் காட்டெருமைகள் நின்றாலும், பயமின்றி இருப்பது போலத்தான் தோன்றும். ஆனால், அவற்றின் நடமாட்டத்தை அனிச்சையாகக் கண்காணித்துக் கொண்டுதான் இருப்பார்கள். சட்டென்று அவை மாறும் முன்பு இவர்கள் விலகி விடுவார்கள். அப்படியும் ஓரிரண்டு அசம்பாவிதங்கள் நிகழ்வதுண்டு. அரவேனுவில் இரவு ஏழு மணிக்கு மேல் நடமாடுவது சற்றுச் சிரமம்தான். போன வாரம், வெலிங்டனில் இரண்டு எருமைகள் போக்குவரத்தை நிறுத்தின!

தமிழ்நாட்டின் தலைசிறந்த புகைப்படக் கலை நிபுணர் மற்றும் உயிர் இயலாளரும் ஆன திரு.எம். கிருஷ்ணன், முதுமலையில் ஒரு காட்டெருமைக் கூட்டத்தைப் படம் எடுக்க, தான் பட்ட கஷ்டத்தைத் தனது புத்தகத்தில் மிக நன்றாக விவரித்திருப்பார். மாலை வெயிலில் மேய்ந்து கொண்டிருந்த மந்தை எப்படி இவர்களது சமீபத்தை விலக்கி உண்ணிச்செடிகளின் உள்ளே சென்றது; பின் எப்படி இவர்களது யானையைப் பரிச்சயப்பட்டு மேயத் தொடங்கி நல்ல படங்கள் எடுக்க வாய்ப்பு கிடைத்தது என்று எழுதியிருப்பார். அதேபோல எப்படி மக்கள் காட்டு எருமையின் பலத்தையும், கணிக்க முடியாத இயல்பையும் அறிந்து வைத்துள்ளனர் என்றும் விவரித்திருப்பார். காட்டெருமை என்று சொல்லக்கூடாது என்று ஒரு சாரார் வாதிடுகின்றனர். காரணம், இவை காட்டில் வாழும் மாடுகள் என்றும், நமது நாட்டு மாடுகளின் மூதாதையர் என்றும் அவர்கள் வாதிடுவர்! பின்னே சொன்னது உண்மை என்றாலும், மற்றத் தென்னிந்திய மொழிகளிலும் இவை எருமை என்றே பேசப்படுகிறது. உதாரணமாக, கன்னடத்தில் காடெம்ம; மலையாளத்தில் காட்டு போத்து அல்லது காட்டி.

பழந்தமிழ் இலக்கியங்கள் 'ஆமான்' என்று குறிக்கின்றன என்பது சற்றே உயிரியல் அறிந்தோர் கூற்று. துலங்கிமில் நல்லேறு என்று இலக்கியங்கள் கூறுகின்றன. அதாவது, நல்ல உறுதியான திமில் கொண்ட காளை எனப் பொருள் கொள்ளலாம். அவை கூட்டமாக

வாழும் இயல்பு கொண்டவை என்பதையும் இலக்கியங்கள் கூறுகின்றன. மலைபடு கடாம் காட்டு எருமைக் காளையும் மற்றொரு மானின (nilgai) காளையும் மோதிய காட்சியைக் காட்டுகிறது. இவை பெரும்பாலும் குறிஞ்சித் திணை நாடுகளிலேயே காணப்பட்டதாகவும் தெரிவிக்கின்றன. இப்படிக் காட்டெருமைகள் பண்டுதொட்டே நமது காடுகளில் வாழ்ந்து வருகின்றன என்பது உண்மை. என்னுடைய இந்தப் பயணம் இப்படிக் காட்டெருமைகளைக் குறித்து பல சிந்தனைகளைக் கிளறி விட்டது. முடிக்கு முன், தேனிலவுக்குத் தலைமலை சென்ற எனது இனிய நண்பர் அபிஷேக்கின் அனுபவம் பற்றி எழுதாவிட்டால், சரியல்ல என்று பட்டது!

அவரும் அவரது மனைவியும் (27 வயது சின்னப் பெண்) தலைமலை ரெஸ்ட் ஹவுஸ் அடுத்த காடுகளில் காலையில் ஒரு நடைப் பயிற்சி மேற்கொண்டிருக்கும்போது, எதிரில் உள்ள உண்ணிப் புதரில் சலசலப்பு கேட்டு நின்று பார்த்தனர். ஓர் ஆறடி உயரமும், குட்டி யானையைப் போன்ற உருவமும் கொண்ட காட்டெருமை தலையை உயர்த்தி நோக்கியது! இவர்கள் உறைந்து போய் அப்படியே நின்றனர்! ‘தம்பி, தேனிலவுக்கு இந்த இடம் சரிப்படாது, கிளம்பு!’, என்பது போலப் பார்த்து விட்டு, ஒரு முக்காரத்துடன் அந்த எருமை திரும்பிச் சென்றது! இன்றும், அதைச் சொல்லிச் சொல்லி நாங்கள் ரசிப்போம்!

9. வெண்தொண்டை (வெண்மார்பு) மீன்கொத்தி

ஒரு சில பெயர்கள் அந்தக் குறிப்பிட்ட குணத்தையோ அல்லது தொடர்பையோ தெளிவாகக் குறிப்பிடாது. நல்ல கருநிறம் உடைய பெண்ணுக்கு வெள்ளையம்மா என்று பெயர் இருப்பது போல! 'வெண்மார்பு மீன்கொத்தி' என்ற பெயரும் அப்படித்தான். பழைய பெயர் வெண்மார்பு மீன்கொத்தி என்று சிலர் ஆட்சேபிக்கலாம். தற்போது இது 'வெண்தொண்டை மீன்கொத்தி' என்று அழைக்கப்படுகிறது. மீன்கொத்தி வகையைச் சார்ந்தாலும், அது பெரும்பாலும் காணப்படுவது நீர் உள்ள இடங்களில் அல்ல; மாறாக, வயல் மற்றும் திறந்த வெளிகளில் தான். அதன் உணவும் மீன் அல்லாத பல உயிரினங்கள் – பல்லி, ஓணான், தேள், பூரான் என்று பல ஊர்வன மற்றும் பூச்சிகள்தான். அவ்வப்பொழுது, நண்டு, மீன்களை அரிதாகப் பிடித்துத் தின்னும்! ஆனாலும், இது மீன்கொத்தி இனத்தைச் சேர்ந்ததுதான். அடைக்கலங்குருவி போல, மனிதனைச் சார்ந்து வாழும் ஒரு பறவையினம்.

நல்ல நீல வண்ண முதுகு; தடித்த பவள நிற அலகு மற்றும் கால்கள்; அடர் பழுப்பு நிற அடிப்புறம் மற்றும் கழுத்து; தொண்டையில் இருந்து மார்பு வரை ஒரு வெண்ணிறத் திட்டு எனக் கண்கவரும் மீன்கொத்தி. கிடைக்கும் இரையைத் தடித்த அலகில் பிடித்துக் கொண்டு தலையைப் பக்கவாட்டில் சுழற்றிக் கல்லிலோ, கிளையிலோ அடித்துக் கொன்று பின் அப்படியே

விழுங்கி விடும். மீன்கொத்திகள் இரையை மேலே தூக்கிப் போட்டு, வாயைத் திறந்து நேரே விழுங்கும் காட்சி எப்போதும் பரவசத்தை உண்டாக்கும்! பழம்பெரும் புகைப்படக் கலைஞர் ஹனுமந்த ராவின் வெண்மார்பு மீன்கொத்தி ஒரு கொழுத்த நண்டைப் பிடித்தவாறு மண் திட்டில் உட்கார்ந்திருக்கும் ஒரு புகைப்படம் வெகு பிரசித்தி பெற்றது ஆகும். அத்தனை பெரிய நண்டை அதனால் சாப்பிட முடியுமா என்று நமக்கு மலைப்பாக இருக்கும்! அதற்குத்தான் இரையை இப்புறம், அப்புறம் சுழற்றி அடிக்கும் அடி வைத்தியம்!

சோலார் தகடுகள் மூலம் மின்சாரம் கிடைக்க ஏற்பாடு செய்யும் முன்பு, நான் வீட்டின் மொட்டை மாடியில் மாலை வேளைகளில் சற்று உலாவுவது வழக்கமாக இருந்தது. அப்போதெல்லாம், மாலை அந்தி சாயும் நேரம், ஒரு வெண்மார்பு மீன்கொத்தி மாடி கைப்பிடிச் சுவரின் அடுத்துள்ள மின்கம்பத்தில் வந்து அமைதியாக அமரும். ஒரு ஐந்து நிமிடங்கள், சுற்றுமுற்றும் நோட்டம் விடும்; எந்தவித அசைவும் இன்றி எதிர் வீட்டு ஓட்டுக் கூரையை உன்னிப்பாகப் பார்த்துக் கொண்டே இருக்கும். அந்த வீட்டின் ஓடு பழைய கால சொருகு ஓடுகள் என்பதால், இடுக்குகளில் பூச்சிகள் இருக்கும். நமது நண்பர் வெண்மார்பு மீன்கொத்தி அந்த அசைவுகளை உன்னிப்பாகக் கவனித்துக் கொண்டே இருப்பார்!

எனக்கு இது வியப்பைத் தந்ததோடு, அதன் உத்தேசம் தான் என்ன என்ற ஆவலும் சேர்ந்து கொண்டது! இதைக் கண்டுபிடித்தே ஆக வேண்டும் என்று ஒரு நாள் நான் மாடியின் எதிர் மூலையில் நின்று கவனிக்கத் தொடங்கினேன். சற்று இருட்டு கூடும் நேரம், இரண்டு பல்லிகள் ஒன்றை ஒன்று துரத்திக் கொண்டு, எதிர் வீட்டு ஓட்டின் மேலே ஓடின. அவை நன்கு புலப்படும் வரை அமைதி காத்த மீன்கொத்தி, மின்னல் வேகத்தில் பறந்து ஒன்றைக் கொத்திக்கொண்டு போனது! எல்லாம் ஒரு பத்து வினாடிகளுக்குள் முடிந்து போனது! அந்த மின்னல் வேகச் செயல்பாடு, சரியான நேரம் வரை பொறுமை மற்றும் எதிராளியின் பழக்க வழக்கங்களை அறிதல் எனப் பல விஷயங்களை எனக்குப் பாடம் சொல்லிக் கொடுத்து விட்டது, வெண்மார்பு மீன்கொத்தி! அடுத்த நாள் மற்றொரு பல்லி; அதன்பின் சுண்டெலி; தேள் என இருப்புத் தீரும் வரை தினமும் அவன் வருவது தொடர்ந்தது; நானும் விடாமல் இந்த வேட்டையை ரசித்துக் கொண்டிருந்தேன்!

எனக்கு என் மானசீகக் குருநாதர் கோனேரி ராவின் அற்புதமான ஒரு கட்டுரை நினைவுக்கு வந்தது! சென்னை இயற்பியலாளர்கள்

சங்கம் வெளியிட்ட 'த ஸ்பிரிண்ட் ஒப் த பிளாக்பக்' என்கிற பதிப்பில் மிக அருமையானதாகப் போற்றப்பட்ட ஒரு கட்டுரை அது. எப்படி, திருவல்லிக்கேணியில் மக்கள் நெரிசலின் இடையில் ஒரு வெண்மார்பு மீன்கொத்தி கூடு வைத்து இனப்பெருக்கம் செய்தது; குஞ்சுகளை எப்படி வளர்த்தது; என்னென்ன பிரச்னைகளை எதிர் கொண்டது என்று பல விஷயங்களை அதில் அவர் விவரித்திருப்பார். படிக்கப் படிக்க ஒரு துப்பறியும் கதை போல விறுவிறுப்பாக இருக்கும்.

ஒரு காக்கை எப்படி மீன்கொத்தி மீனுடன் வரும்போது துரத்தும்; குஞ்சுக்குக் கொண்டு வந்த மீனை இழக்காமல் இருக்க மீன்கொத்தி என்னென்ன தந்திரங்களைக் கையாண்டது என்று படு சுவாரசியமாக அந்தக் கட்டுரை நீளும்! மீன்கொத்தி ஒரு மீனுடன் குஞ்சுக்கு இரை கொடுக்க வரும்போது, காக்கை அந்த மீனைக் கபளீகரம் செய்ய அதைப் பின் தொடர்ந்து வரும். மீன் அலகில் குறுக்காக இருப்பதால், காக்கை ஒரு பாய்ச்சலில் அதைப் பறித்து விடலாம் என்பதை உணர்ந்த மீன்கொத்தி, லாகவமாக அதை அலகின் உள்ளே, அதாவது, நெடுங்கிடையாக மாற்றி வைக்கும் அறிவை மிக அழகாக விவரித்திருப்பார். அதே போன்று திருவல்லிக்கேணியில் கள்ளப் பருந்து கூடு வைத்த மற்றொரு கட்டுரையும் அவரது தலைசிறந்த கட்டுரை (படைப்பு). இதுவெல்லாம் நடந்த இடம் பார்த்தசாரதி கோயிலின் பின்புறமுள்ள துளசிங்கப் பெருமாள் சந்தில்! இப்போது உங்களுக்கு, இந்த மீன்கொத்திக்கு மனிதர்களோடு உள்ள தொடர்பு புரியும்!

பழைய நண்பன் நீலப் பொன் மான் போல இவனும், மணல் திட்டுகள் அல்லது பொந்துகள் உள்ள மணற்பாங்கான பகுதிகளில் கூடு வைப்பான். சில நேரங்களில் கட்டட இடிபாடுகளில் உண்டாகும் பொந்துகள் கூடப் பயன்படுத்தப் படும். தேவை, சற்றுக் குழல் போல நீண்ட பொந்து; குடைய மிருதுவான மண்; செப்பனிடத் தோதாக உள்ள இடம்; இடையூறுகள் இல்லாத பிரதேசம். வீடுகள் நிறைந்த பகுதிகளில், 'டட், டட், டட்' என்று கத்திக் கொண்டு ஒரு நீல மின்னல் பறந்து சென்றால், அது பெரும்பாலும் நமது நண்பன் வெண்மார்பு மீன்கொத்தி ஆகத்தான் இருக்கும். தண்ணீர் தொட்டிகளின் அருகே, மின் கம்பங்கள் மேலே, வேலியின் மேலே, என்று எல்லா இடங்களிலும் காணப்படும். 'குரிகுரிகுரீ' என்ற உருட்டல் ஒலியும் அவ்வப்போது வெளிப்படும்.

மிகச் சமீபத்தில், உத்தரப் பிரதேசத்தில் உள்ள ஹைதர்பூர் சதுப்பு நிலப் பறவைச் சரணாலயத்தில், வெண்மார்பு மீன்கொத்திகள் கூடு வைக்கும் அழகையும், அவற்றின் இணை சேரும் களியாட்டங்களையும் காணக் கிடைத்தது. ஒரு பறவை, ஈர மணல் திட்டில் மோதி, மோதிக் குடைவதையும், மற்றொன்று அதை ஊக்கப்படுத்துவதையும் ஒரு அரை மணி நேரம் கண்டு மகிழ்ந்தேன். முடிவில், ஓர் அரை அடி ஆழக் குழல் போன்ற சுரங்கம் குடையப்பட்டது. மாலை இருள் கவிந்து விட்டதால், அன்றைய பணி அத்துடன் முடிக்கப்பட்டு அவை சென்று விட்டன. அடுத்த நாள் அவை தொடர்ந்து பணியைச் செய்து கூடு அமைக்கப்பட்டது என ஹைதர்பூர் சரணாலய வழிகாட்டி (கைடு) எனக்குப் பின்னர் தெரிவித்தார். இப்படி, வெண்மார்பு மீன்கொத்தியுடனான தொடர்பு இன்னும் அறுபடாமல் இருக்கிறது!

10. கருந்தேளைக் கண்ட நேரம்...

காட்டுயிர்களைக் காண நாம் எப்போதும் காடுகளுக்குப் போக வேண்டும் என்றில்லை. நம்மைச் சுற்றியுள்ள பகுதிகள் மற்றும் மரம் செடி கொடிகளை நன்றாக உற்றுக் கவனித்தாலே போதும். அங்குப் பல நாடகங்கள் அரங்கேறும்; கவிதைகள் புனையப்படும்! கருத்தூன்றிப் பார்த்தால், பல நிகழ்வுகள், விஷயங்கள் புலப்படும்! அன்று மாலை நடைப் பயிற்சிக்கு பண்ணாரி சாலையைத் தேர்ந்தெடுத்தேன். ஒரே பாதையில் போவதை விடத் தினமும் ஒவ்வொரு பாதையில் போவது ஒரு நிறைவைத் தரும். மேலும், பண்ணாரி சாலை விஸ்தாரமாக இருபுறமும் புளிய மரங்கள் அடர்ந்து நிற்பதால், நடைப் பயிற்சிக்கு ஏற்ற வகையில் அமைந்திருக்கும். மைசூரு போகும் சாலை என்பதால் போக்குவரத்து அதிகமாக இருந்தாலும், பெரிய அளவில் ஒரு தொந்தரவாக இருக்காது. நல்ல காற்றும், இயற்கைச் சூழலும் நடைப் பயிற்சிக்குத் தோதாக இருக்கும்.

ஊரின் எல்லைக்குள் இருக்கும் சாலையின் இரு மருங்கிலும் நிற்கும் புளிய மரங்களில், மாலை நேரம், கொக்குகளும், நாரைகளும் வந்து அடையும் காட்சியோடு நடைப் பயிற்சி தொடங்கும்! கூட்டம் கூட்டமாக அவை புளிய மரங்களில் வந்து அமரும் அழகே தனி. முதலில் நீர்க் காக்கைகள் சாரி சாரியாக வரும்; பின்னர் வெண்கொக்குகள் அணிவகுத்து வரும்; அதன் பின்னர் வக்காக்கள் இரவு வேட்டைக்குப் புறப்பட்டுச் செல்லும்; கடைசியாக, பெருங்கொக்குகளும், நாரைகளும், மடையான் களும் வந்து அடையும். அந்த ஒரு கி.மீ. தூரமுள்ள சாலையே ஒரு

திருவிழாக் கோலம் பூண்டு விடும், சுமார் அரை மணி நேரத்திற்கு! ராமகிருஷ்ண பரமஹம்சர் கொக்குகள் நீலவானின் பின்னணியில் பறக்கும் அழகில் மோன நிலை அடைந்தார் என்று சொல்வது சரிதான் என்று ஒவ்வொரு முறை இந்தக் கொக்குகளின் அணிவகுப்பைப் பார்க்கும் போது நினைப்பதுண்டு! கூடு வைக்கும் காலங்களில் கேட்கவே வேண்டாம், இங்கு எப்போதும் கொண்டாட்டம்தான்! நாளின் எந்த நேரமும் பறவைகள் வட்டமிட்டபடி இருக்கும்.

நல்ல காலம், இன்று வரை புளிய மரங்கள் வெட்டப்படாமல் இருக்கின்றன; சாலை விஸ்தரிப்பு என்ற பெயரில் எந்தச் செயலும் இல்லை. ஆயினும் இது எத்தனை நாள் நீடிக்கும் என்பது ஒரு புதிர்தான்! காரணம், முன்பே சொன்னது போல, இது மைசூரு போகும் நெடுஞ்சாலை! இது போக, சாலையின் இரு மருங்கிலும் உள்ள கடைக்காரர்கள் இது வரை இப்பறவைகளை ஒரு பெரிய தொந்தரவாக நினைக்கவில்லை. இப்படித்தான் மூன்றடைப்பு ஒரு காலத்தில், திருநெல்வேலி – நாகர்கோவில் நெடுஞ் சாலையில் நல்ல நீர்ப்பறவை சரணாலயமாக இருந்தது. குறிப்பாக, கூழைக்கடாக்கள் சாலை ஓர மரங்களில் கூடு வைத்து இனப்பெருக்கம் செய்தன. நாளடைவில், அவை அருகி, மொத்தமும் காணாமல் போயின. பல காரணங்கள் – பறவை எச்சம் சாலையோரக் கடைக்காரர்களை இம்சைப்படுத்தின; முட்டைகள் உடைந்து கூரைகளில் விழுந்தன; கடைக்காரர்கள் தேவைக்கு முட்டைகளைத் திருடினர்! இறுதியில், பறவைகள் அங்கிருந்து ஓடிப் போயின!

நெடுஞ்சாலையில் இன்னும் சற்று தூரம் போன பின்பு, ஒரு புறம் வயல்வெளிகள் தென்படும். மற்றொரு புறம் வீடுகள் அல்லது

கடைகள் காணும். அங்கங்கு, புதிய குடியிருப்புகள் கண்ணில்படும். ஆயினும், கெஞ்சனூர் பிரிவில் இருந்து சற்றுப் பசுமை மிகுந்திருக்கும். அங்கு மயில்கள், செம்போத்து, மரங்கொத்தி போன்ற பறவைகளைச் சாதாரணமாகப் பார்க்கலாம். இன்னும் ஒரு நான்கைந்து மைல் சென்றால், இரவு 8 மணிக்கு மேல், யானைகளைக் காணலாம்! வலதுபுறம் வேலமரக் காடுகள் மலை அடிவாரம் வரை நீண்டு கிடப்பதால், யானைகள் இந்தப் பகுதிகளில் சாலையைக் கடந்து எதிர்புறம் உள்ள காப்புக் காடுகளில் நுழைந்து வேறு இடங்களுக்குச் செல்லும். ஆயினும், நடைப் பயிற்சிக்காக அத்தனை தூரம் போக இயலாது என்பதோடு, அர்த்தமற்ற வேலை என்பதாலும், ஒரு 5 கி.மீ. தூரத்தோடு முடித்துக் கொள்வது வழக்கம்.

அப்படித் திரும்பி வரும் பொழுது, தண்ணீர் மேல்நிலைத் தொட்டி (வாட்டர் டேங்க்) அருகே தரையில் ஒரு சிறிய பிராணி ஓடுவது போலத் தெரிந்தது. அந்திக் கருக்கலில், வெளிச்சம் இல்லாததால், முதலில் என்னவென்று தெளிவாகவில்லை. நான் ஒரு 50 மீட்டர் தொலைவில் இருந்தேன். சற்று அருகே வந்ததும், அது ஒரு பெரிய கருந்தேள் என்று உணர்ந்தேன். தொட்டி இருக்கும் இடத்தை ஒட்டி, குப்பை அதிகம் காணப்படும். உடைந்த செங்கற்கள், கட்டட இடிபாடுகள், கண்ணாடிக் குப்பிகள் என்று ஒரு குப்பைக் கிடங்கு போல அந்த இடம் இருக்கும். தேள், பூரான் போன்ற ஜந்துக்கள் வாழத் தோதான இடம்! அங்கிருந்து, கருந்தேள் என்ன காரணத்தால் புறப்பட்டு வந்தது என்றறிய அந்தக் குறுகிய நேரத்தில் இயலவில்லை. ஆனால், அது அப்போது சாலை விளிம்பில் வந்து விட்டது. நான் முன்பே சொன்னது போல, போக்குவரத்து நெரிசல் நிறைந்த சாலை. நொடிக்கொரு வண்டி கடந்து செல்லும் இடம். எனக்கு ஒன்றும் புரியவில்லை.

வேறு ஏதேனும் உயிரினம் என்றால் ஓடிச் சென்று தள்ளி விடலாம் அல்லது விரட்டி விடலாம். பெரிய கருந்தேள் கொடுக்கினை உயர்த்திப் பிடித்துக் கொண்டு நிற்கும் போது, என்ன செய்வது என்று விளங்கவில்லை! கருந்தேள் சாலையைக் கடக்க முடிவு செய்தது போல, இன்னும் முன்னேறியது! நான் இப்போது 30 அடி தூரத்திற்குள் வந்து விட்டேன். எதிரே சாலையில் ஓர் ஆறு சக்கர லாரி வந்து கொண்டிருந்தது! நிச்சயம் கருந்தேள் பிழைக்காது என்று தோன்றியது. முன்னும் பின்னும் பல வகை வாகனங்கள், லாரியைத் தவிர! அன்று கருந்தேளின் முடிவுரை எழுதப்பட்டு விட்டது என்றே நான் நினைத்தேன். அப்போது, ஒரு

சைக்கிள்காரர் தேளின் முன்பு (வெகு அருகில்) கடந்து போனார்! கருந்தேள் ஒரு நொடி தாமதித்தது. பின் சட்டென்று திரும்பி, வந்த வழியில் பின்னோக்கிப் போனது. அதாவது, குப்பை மேட்டை நோக்கித் திரும்பி ஓடியது! ஆறு சக்கர லாரி சாலையின் விளிம்பில் இருந்து சற்றே விலகிக் கடந்து போனது!

இந்தச் சம்பவத்தை எழுத எனக்கு இத்தனை நேரம் பிடித்தது; படிக்க உங்களுக்கு ஒரு நிமிடமாவது பிடித்திருக்கும். ஆனால், அன்று இவை யாவும் 15லிருந்து 20 வினாடிகளுக்குள் நடந்து முடிந்தது! கருந்தேள் பார்வையில் பட்டதிலிருந்து லாரி கடந்து போகும் வரை ஒரு த்ரில்லர் படம் பார்ப்பது போன்ற அனுபவம்! கருந்தேள் தப்பித்ததில் மகிழ்ச்சி தான் என்றாலும், அது எத்தனை நாள் இது போல யார் கண்ணிலும் படாமல் தப்பிக்கும் என்பதும் கேள்விக்குறி தான். நெடுஞ்சாலைகள் மற்றும் போக்குவரத்து, சிறிய உயிரினங்களுக்கு எப்போதும் எமன் தான் என்றாலும், இது ஓர் அதிகப்படியான கவலையோ என்றும் தோன்றுகிறது. தீர்வு என்ன என்பது புலப்படவில்லை. ஆனால், ஒவ்வொரு முறை தண்ணீர்த் தொட்டியைக் கடக்கும் போதும், இந்த நிகழ்வு மனதில் நிழலாடுவது என்னவோ உண்மைதான்!

11. ராமேஸ்வரமும் பறவைகளும்

பறவை நோக்கர்கள் (bird watchers) எல்லோருக்குமே ஒவ்வொரு முறை ஒரு பயணம் மேற்கொள்ளும் போது, ஏதாவது வித்தியாசமான பறவையைக் காண வேண்டும் அல்லது பிரமிக்கத்தக்க வகையில் பயணம் அமைய வேண்டும் என்று ஆசைப்படுவார்கள். இது இயற்கை என்றாலும், சாத்தியமா என்பது நல்ல கேள்வி என்பதோடு, தர்க்க ரீதியாகவும் வாய்ப்பில்லை என்பதுதான் உண்மை! ஆயினும், இது வாய்ப்பதற்கு அதிகமான சாத்தியக்கூறுகள் உள்ள இடம் ராமேஸ்வரம் என்றால் பலரும் ஆச்சரியப்படுவர். ஒரு புண்ணியஸ்தலம் எப்படிப் பறவை நோக்கர்களின் விருப்ப இடமாகப் போனது என்று புரிந்து கொள்ள நாம் பறவைகளின் வலசை பற்றிச் சற்றே அறிந்து கொள்ள வேண்டும். இந்த வலசை (migration) தான் நம் நாட்டுக் கிழக்கு கடற்கரைக்குப் பல விதேசி (வெளிநாட்டு) பறவைகளைக் கொண்டு சேர்க்கிறது.

ராமேஸ்வரம் ஒரு தீவு என்பதைப் பலர் அறிந்திருப்பார்கள். ராமநாதபுரத்தில் இருந்து ஒரு நீண்ட சாலை மண்டபம் வரை இரு மருங்கிலும் கடற்கரையோடு குறுகி, பாம்பனின் முன்பு முடிந்து விடும். அங்கிருந்து கடலின் மேலே அமைந்த சாலை வழியோ அல்லது ரயில் வழியோ தான் ராமேஸ்வரத்தை அடைய முடியும். இந்த ரயில் வழி மிகவும் பிரபலமான ஒன்று என்பதோடு, மனதை அள்ளும் எழில் கொண்டது! இருபுறமும் நீலக்கடல்; அங்கங்கு தோணிகள்; தொலைவிலே தீவுகள்; வெண் மேகக் கூட்டங்கள்

என்று ஓர் எழில் ஓவியமே கண்முன் விரியும்! சரி, நாம் இப்போது பறவைகளைக் குறித்துக் கவலைப் படுவோம்!

இந்த நீண்ட கடற்கரையும், அதனை ஒட்டியுள்ள மணல் பரப்புகளும் வலசை வரும் உள்ளான்களின் (waders) மற்றும் நீர்வாழ்ப் பறவைகளின் வாழ்வாதாரம். எப்படி மீனவர்களுக்குக் கடலும் மீனும் வாழ்வாதாரமோ, அதேபோல, இப் பறவைகளுக்கு இந்தக் கடற்கரையும், அதனோடு இணைந்த பிரதேசங்களும் வாழ்வாதாரம். பாலத்தின் மீது போகும் போதும் சரி, ரயில் பாதை மீது போகும் போதும் சரி, நூற்றுக்கணக்கில் வட்டமிடும் கருடன்களை (செம்பருந்து) காணலாம். மீன்பிடிப் படகுகளில் இருந்து சிதறிய துணுக்குகள், முழு மீன்கள், மற்றும் சில உயிரினங்களைக் கொத்திக்கொண்டு போக அவை அந்தப் பகுதியில் அலைந்து கொண்டே இருக்கும். செம்பருந்தின் விடலை, வளர்ந்தவை, முதிர்ந்தவை என்று பல பருவங்களில் உள்ளவற்றை நாம் கண்டறிய இது ஒரு திறந்த வெளிப் பல்கலைக்கழகம்! யாரும் தேவையில்லாமல், நாமே அவற்றுக்குள் இருக்கும் வித்தியாசங்களை எளிதில் புரிந்து கொள்ளலாம்.

கடற்கரையின் மணற்பரப்பில், அலைகள் தவழும் படுகையில், உள்ளான்களின் இரை தேடும் அழகை ரசிக்கலாம். அவற்றுடன், இணைந்து இரை தேடும் கொக்குகள், நாரைகள் போன்ற வற்றையும் காணலாம். இந்த உள்ளான்கள், பூமியின் வட பகுதியில் இருந்து, அதாவது, இந்தியாவின் மேல் உள்ள பகுதிகளில் இருந்து வலசை வருபவை. பெரும்பாலானவை

ஐரோப்பா, ஆர்க்டிக், மங்கோலியா போன்ற பகுதிகளில் இருந்து வலசை வருபவை. வலசை, இயற்கையின் விந்தை என்றால் மிகையாகாது. ஏனென்றால், இன்று வரை இதற்கு ஒரு சரியான விளக்கம் கிடையாது! இதனால் இருக்கலாம்; அதனால் இருக்கலாம் என்றுதான் ஊகிக்க முடிகிறதே அன்றி, ஒரு தெளிவான விளக்கம் இல்லை! அதிலும், 25 கிராம் எடையுள்ள ஒரு சிறிய பறவை எப்படி இவ்வளவு தூரம் பறந்து வர முடிகிறது, அதன் திறன் எப்படி என்று ஒரு தெளிவான அறிவு இன்னும் புலப்படவில்லை. உதாரணத்திற்கு, காட்விட் என்கிற உள்ளானின் வலசையை எடுத்துக்கொள்வோம்.

இந்த ஆண்டில், அலாஸ்காவில் இருந்து நியூசிலாந்துக்கு 7,000 அல்லது அதற்கு மேற்பட்ட மைல்கள் பறந்து சாதனை படைத்த பறவையைக் கண்டு ஆராய்ச்சியாளர்கள் ஆச்சரியப்படுகிறார்கள். வழியில் சாப்பிடவோ, எரிபொருள் நிரப்பவோ இல்லை. அலாஸ்காவில் புறப்பட்ட அந்த பார் டெயில்டு (கோட்டு வால்) காட்விட், எங்கும் நிற்கவும் இல்லை; இரை உண்ணவும் இல்லை! மிஞ்சிப் போனால், அந்தப் பறவை ஒரு 200 கிராம் எடை இருக்கும்! அதனுள் 7000 கி.மீ. பறக்கும் சக்தி எப்படி வந்தது? இந்தப் பயணம் எட்டில் இருந்து பத்து நாட்கள் வரை மழையோ, குளிரோ, காற்றோ, எதனாலும் பாதிக்கப்படாமல் செவ்வனே செயல்படுகிறது! இதை ஆராய்ந்த விஞ்ஞானி அவரால் இதை நம்பவே இயலவில்லை என்கிறார்! இந்த பார்டெயில்டு காட்விட், இந்த ராமேஸ்வரம் கடற்கரையின் மணற்பரப்பில், அலைகள் தவழும் படுகையில், ஒய்யாரமாக உலா வருவதை நாம் பார்க்கலாம்! 'திரைகடல் ஓடியும் திரவியம் தேடு' என்ற அவ்வையின் கூற்றிற்கேற்ப அவை வருகின்றனவோ? இதே போல நாகாலாந்தில் இருந்து தென் ஆப்பிரிக்கா வரை அமூர் வல்லூறுகள் வலசை போகின்றன!

இவனுடன் கூடவே ஆர்க்டிக் பகுதியில் இருந்து வலசை வரும் சாண்டெர்லிங் என்கிற ஒரு மற்றொரு 60 கிராம் உள்ளானையும் பார்க்கலாம். சிறிது சாம்பல் கலந்த வெண்ணிறம், கருத்த மூக்கும், கால்களும் கொண்ட ஒரு சிறிய உள்ளான். இவற்றுக்கெல்லாம் இந்தக் கிழக்கு கடற்கரையும் அதன் மணற்பரப்பும் சொர்க்க லோகங்கள்! வருடா வருடம் தவறாமல் அவை இங்கு ஆஜர் ஆகி விடுவது வழக்கம்! பறவை நோக்கர்கள் ஆக இருந்தாலும் பலர் இவற்றைக் கண்டிருக்க வாய்ப்புகள் குறைவு. காரணம், இந்த

உள்ளான்கள், இங்கு வரும்போது, பெரும்பாலும் வெளிர் பழுப்பு நிறத்தில்தான் காணப்படும். அவற்றின் இனப்பெருக்கக் காலம் முடிந்து விட்டதால், பறவைகளின் கவர்ச்சியான நிற மாறுதல்கள் மங்கிப் போயிருக்கும். எல்லாம் கிட்டத்தட்ட இளம் பழுப்பு நிறத்தில்தான் காணப்படும். இவற்றை வெகு முனைப்புடன் பறவை நோக்கம் செய்யும் சிலர், கிழக்கு கடற்கரையின் பிற பகுதிகளில் (சென்னை, கன்னியாகுமரி போல) கண்டிருக்கக் கூடும். ஆனால், இங்குப் பெரும் முயற்சி இன்றிக் காண வாய்ப்புகள் அதிகம். உள்ளான்களின் வலசை குறித்துப் பம்பாய் இயற்கை வரலாற்றுச் சங்கம் நீண்ட காலமாக ஆராய்ந்த உண்மைகளை ஒரு புத்தகமாக வெளியிட்டுள்ளனர். அது உண்மையிலேயே ஒரு பொக்கிஷம். பறவைகளின் வலசை ரகசியங்களை அறிவதற்கு நல்ல நூல்.

அதே போல ராமேஸ்வரத்தை அடுத்த முகுந்தராயர் சத்திரம் அல்லது கோதண்டராமர் கடற்கழியில் (lagoon) கூட்டம் கூட்டமாக நாம் கடற்காகங்கள் (கடல் புறா) மற்றும் ஆலாக்களைக் காணலாம். மாலையில் அவை பெரும் மேகத்திரள் போல அங்கும் இங்கும் பறந்து திரிவது ஒரு கண்கொள்ளாக் காட்சி! அதிலும், மென்மூக்கு கடற்காகங்கள் (slender billed) மயங்கும் மாலை ஒளியில் அல்லது விடியல் கிரணங்கள் வரும் வேளையில் ஒரு பெருங்கூட்டமாக மிதந்து வரும் போது, அவற்றின் ரோஜா நிற அடிவயிறு ஒளிரும் விதம் அவ்வளவு மயக்கம் தரும் காட்சியாக இருக்கும். அதே போல, நல்ல வெண்ணிறத்தில் கரும்பட்டைகளோடு ஒளிரும் கடல் கழுகின்

(சிலர் ஆழிக் கழுகு என்பர்) எழிலை விவரிக்க இயலாது. இவற்றுடன், பெருங்கொக்குகள், நாரைகள், மடையான்கள் என்று ஒரு பெரிய கூட்டமே அங்கு இயங்கும்.

இவற்றுக்கு இடையில், தண்ணீர் அதிகமாக இல்லாத இடங்களில், மற்றும் மணற்பாங்கான இடங்களில், சிறிய உள்ளான்கள் பல வகை காணப்படும். அவற்றை இனம் பிரித்து அறியப் பெரும் முயற்சி மற்றும் நல்ல கள அறிவு வேண்டும். ஏனென்றால், பெரிய நாட்டிற்கும், சிவப்பு நாட்டிற்கும் (knot)(க்னொட்) உள்ள வித்தியாசம் மிகக் குறைவு, ஆனால் நுண்ணியது. பலகாலம் களப் பணியில் ஈடுபட்டவர்களால் மட்டுமே பிரித்தறிய இயலும். இப்படி அந்தப் பிரதேசமே வலசைப் பறவைகளின் உயிர்த் துடிப்பாக ஓர் ஆறு மாதக் காலத்திற்குக் காணப்படும். நல்ல வெயில் ஏறும் போது, அவை தாய் வீடு திரும்பி, இனப்பெருக்கம் செய்த பின், மறுபடியும் செப்டம்பர் மாதம் வாக்கில் வந்து சேரும். என்னைப் போன்ற பறவை நோக்கர்கள் இந்த இடத்தை எங்கள் மறு வீடாகக் கருதுவதில் வியப்பென்ன?

12. தேன்சிட்டின் குளியல் தொட்டி

அன்று காலை தேநீர் தயாரித்துக் கொண்டிருந்தபோது, ஊதா மஞ்சள் தேன்சிட்டின் (purple&rumped sunbird) குரல் சற்றுப் பலமாக ஒலித்தது. எப்போதும் அவை சமையலறை ஜன்னலின் எதிரே உள்ள வாழை மரங்களில் காலையிலும் மாலையிலும் பூச்சிகளைப் பிடிக்கவும், அடுத்துள்ள செம்பருத்திப் பூக்களில் தேன் அருந்த வருவதும் வழக்கமான செயல் தான் என்றாலும், அன்று அவற்றின் உற்சாகம் கொஞ்சம் அதிகமாகப் பட்டது. தேநீர் கொதித்ததும், தள்ளி வைத்து விட்டு, என்னதான் நடக்கிறது என்று பார்க்க வீட்டின் முன் தாழ்வாரத்துக்கு வந்தேன். தாழ்வாரத்தை ஒட்டிய காலி இடத்தில், இஷ்டம் போல வாழை மரங்கள் வளர்ந்து கிடந்தன. காரணம், நான் அந்த இடத்தை வாங்கும் போது அது வாழை மற்றும் கறிவேப்பிலை காடாகத்தான் இருந்தது. எவ்வளவு குறைவான மரங்களை வெட்ட முடியுமோ அவ்வளவு குறைவாக வெட்டி வீடு அமைக்கப்பட்டது. அதன் விளைவாக, வாழை மரங்கள் குறுக்கும் நெடுக்கும் ஒழுங்கின்றிக் கசகசவென வளர்ந்து ஒன்றின் இலை மற்றொன்றின் மேல் தாங்கலாக ஒரு விதானம் போலப் படர்ந்து கிடக்கும்.

இதில், ஒரு வாழையின் நீண்ட இலை, அடுத்துள்ள வாழை இலை மீது படர்ந்து ஒரு பரந்த தூளி போல இருந்தது. இலையின் குழிவில், முன்தினம் பெய்த மழையின் விளைவாக, நீர் தேங்கி இருந்தது. அடுத்துள்ள கிளைகள் தாங்கிப் பிடித்ததால், நீர் கீழே

வழியாமல், இலையின் குழிவில் அப்படியே நின்றது. அது நமது தேன்சிட்டிற்கு ஒரு நல்ல குளியல் தொட்டி ஆகிப் போனது! தேன்சிட்டு ஒரு கட்டை விரல் பருமனுள்ள பறவை. எனவே, மிகுந்த மகிழ்ச்சியுடன் அந்தக் குட்டித் தொட்டியில் கிடந்து கும்மாளமிட்டபோது, ஆர்வத்தில் குரல் உயர்ந்து, குளியலறைப் பாடகர் போலக் காட்டிக் கொடுத்து விட்டது! மிகுந்த உற்சாகத்துடன் நானும் அது குளிக்கும் அழகை ரசிக்கத் தொடங்கி விட்டேன்! சிர்ரி, சிர்ரி என்ற ஒலி இப்போது ஒரு தனி இசை போல, உயர்ந்த தொனியில் ஒலித்தது. அங்குமிங்கும் புரண்டு, இறகுகளை விரித்தும், நனைத்தும், சின்னக் குழந்தை போல ஆட்டம் போட்டது எனக்குப் பெரும் மகிழ்ச்சியைக் கொடுத்தது. தேநீரை மறந்தே போனேன்!

சரி, போதும் என்று அவன் விலகியதும், அவனது உறவினன் ஊதா தேன்சிட்டு (purple sunbird) அந்தக் குளியல் தொட்டிக்குப் படையெடுத்தான்! இவன் உடல் முழுவதும் நல்ல ஊதா நிறத்தில் இருந்தாலும், இடையிடையே பச்சை, நீலம், ரோஜா போன்ற வண்ணங்களும் ஒளிரும். அதிலும், நல்ல பிரகாசமான ஒளியில், தகதகவெனப் பல வண்ணங்கள் தெரியும். அவன் ஓர் ஐந்து நிமிடங்கள் குளித்துக் களித்த பின், ஒரு பத்து நிமிடம் இடைவெளி கிடைத்தது. ஓடிச் சென்று தேநீரைச் சூடாக்கிப் பால், சர்க்கரை சேர்த்து கோப்பையில் எடுத்துக் கொண்டு மறுபடியும் தாழ்வாரத்தை அடைந்தேன். தேநீரை உறிஞ்சியபடி அங்குமிங்கும் நோக்கியபடி இருந்தேன். என் எதிர்பார்ப்பு வீணாகவில்லை. ஒரு செம்பிட்ட புல்புல், அந்த இலையின் மேல் கிளையில் அமர்ந்து நோட்டம் விட்டது. பின் மெதுவாக இறங்கியது. எனக்கு அந்த இலை புல்புலின் கனத்தைத் தாங்குமா என்ற கவலை! ஏனெனில், நீர் மொத்தமும் கீழே வழிந்து விட்டால், மற்ற பறவைகளும் வராதே.

என்னுடைய கவலை தேவையற்றது என்று புல்புல் எனக்கு உணர்த்தியது. வெகு நளினமாக இலையின் ஓரத்தில் அமர்ந்து பரிசோதித்த பின், மெதுவாக உள்ளே இறங்கியது. அதிகமாக ஆட்டம் போடாமல், அமைதியாகக் குளியல் போட்டது! தேன்சிட்டிற்கும், புல்புலுக்கும் மிகுந்த வித்தியாசம் இருந்தது, குளிக்கும் முறையில்! நன்கு சோதித்த பின்னரே, புல்புல் உள்ளே இறங்கியது. தேன்சிட்டைப் போல, பிந்தாசாக, அதாவது, கவலையற்று உள்ளே இறங்கவில்லை; ஒரு கள ஆய்வு செய்த பின் தான், புல்புல் இறங்கியது. அதே போல, அதிக ஆட்டம், பாட்டம் எல்லாம் இல்லை; அமைதியான முறையில் குளியல். இவற்றுக்கிடையில், சிறு ஓணான் குஞ்சுகளும், நீர் அருந்த வந்தன. அவற்றுக்கு அதிகம் உள்ளே இறங்க வேண்டிய அவசியம் இல்லை. இலையின் நுனியில் இருந்து நாவை நீட்டி அருந்தினால் போதும் என்ற நிலை! ஒரு சில வண்ணத்துப் பூச்சிகளும் எட்டிப் பார்த்து, பின் நீர் அருந்தின. அவை வெகு லேசான உயிரினங்கள்! ஆங்கிலத்தில் featherlite என்று சொல்வது போல!

எனக்கு அங்கிருந்து போக மனமில்லை; ஆனால், போக வேண்டிய நிர்ப்பந்தம்! உள்ளே போன சூடான தேநீர் தன் வேலையைக் காட்டத் துவங்கி விட்டது! வெகு நேரம் நிற்க இயலாத நிலை! கழிவறையில் இருந்து காண இயலாது. ஒரு சிறிய இடைவேளைக்குப் பின் திரும்பியதும், மனம் குதூகலித்தது! ஏனெனில், அப்போதுதான் ஒரு தையல் சிட்டு (Tailorbird) வந்து அமர்ந்து நோட்டம் விட்டுக் கொண்டு இருந்தது! தையல் சிட்டு, தேன்சிட்டிற்கும், புல்புலுக்கும் இடைப்பட்ட உருவம்; அதாவது, தேன்சிட்டை விடப் பெரியது,

ஆனால் புல்புலை விடச் சிறியது. அதற்கு எந்தவிதக் கஷ்டமும் இருக்கவில்லை. என்ன, தேன்சிட்டைப் போலப் பெருங்குரலில் பாடவில்லை. சின்ன சிப், சிப் என்ற துள்ளலோடு சரி! வாசலுக்கு அருகில் தவிட்டுக் குருவிகளின் கலகலவென்று சிலம்பும் சத்தம் கேட்டது. அவை மைனாவின் உருவம் கொண்டவை. தாங்காதே! என்ன நடக்கும் என்றறிய நான் ஆவலாக இருந்தேன்! தையல் சிட்டு இதைப் பற்றியெல்லாம் கவலைப்படாமல் நிதானமாகக் குளித்துக் கொண்டிருந்தது.

தவிட்டுக் குருவிகளின் (Yellow-billed babbler) இயல்பு, எங்கு சென்றாலும் கூட்ட மாகத்தான் செல்லும். அதனால் அவற்றை ஏழு சகோதரிகள் என்று அழைப்பர். ஹிந்தியில் சாத் பாய்! இவை வந்து அமர்ந்தால், இலை மடிந்து நீர் கொட்டிவிடும்.

என்னதான் நடக்கும் என்றறிய எனக்கு ஆவலாக இருந்தது. இரண்டு தவிட்டுக் குருவிகள் வாழையின் மேல் கிளையில் அமர்ந்தன. தையல் சிட்டு, வம்பு வேண்டாம் என்று பறந்து போனது. ஒரு தவிட்டுக் குருவி மெதுவாக நீர் இருந்த குழிவு இலையின் ஓரத்தில் அமர்ந்து பார்த்தது! இலை சற்றுத் தாழ்ந்தாலும், பெரிய பிரச்னை இல்லை என்று உணர்ந்தது. அவற்றின் சிலம்பு மொழியில் ஏதோ சமிக்ஞை தந்தது.

ஆச்சரியகரமாக, அவை ஒன்றன் பின் ஒன்றாக வந்து அமைதியாக நீரை அருந்தின! எந்தவிதத் தள்ளு முள்ளும் இல்லை. எப்படி அவை இத்தகு உள்ளுணர்வு கொண்டிருக்கின்றன என்று வியக்காமல் இருக்க முடியவில்லை! எந்த வழியில் அந்த இலையின் பளு தாங்கும் சக்தியைக் கணிக்கின்றன என்று அறிய எனக்கு மிகவும் ஆவலாக இருந்தாலும், அவற்றின் மொழி தெரியவில்லையே என்ற ஆற்றாமையும் எழுந்தது.

இயற்கையின் இந்த விந்தைகளை எத்தனை பேர் நுணுகிப் பார்க்கின்றனர்?

இத்தனைக்கும் இது எப்பொழுதும் உள்ள நீர் ஆதாரம் இல்லை; ஒரு நாள் மழையின் விளைவாக வந்த நீர்; அதுவும் அந்தரத்தில் தொங்கும் இலையின் குழிவில் நிற்கும் நீர்; ஒரு பெரிய காற்றின் வேகம் அதை இல்லாததாக்கிவிடும். ஆயினும், அந்தச் சந்தர்ப்பத்தைப் பயன்படுத்திக் கொள்ளும் அந்த அறிவு (நாம் என்னதான் மிகுந்த அறிவாளிகள் என்று சொல்லிக் கொண்டாலும்!); மற்றும் பகிர்ந்துண்ணும் இயல்பு; அதைக் கொண்டாடும் குழந்தை போன்ற மனநிலை; இவற்றையெல்லாம் கண்டு நான் கிட்டத்தட்ட ஒரு மாத காலம் சிந்தனையில் இருந்தேன் என்றால் தவறில்லை! இயற்கையில் ஒவ்வொரு உயிரினமும் அன்றன்றைய கவலைகளை மட்டும் எதிர்கொள்ளும் மனநிலை மனிதனுக்கும் வாய்த்து விட்டால் பொறாமை ஏது; பேராசை ஏது; சூது ஏது; இனப்பகைமை ஏது? ஒரு காலை நேரப் பறவை நோக்கல் இத்தனை யோசிக்க வைத்துவிட்டது! அதுதான் திரு.வி.க. சொல்வதுபோல இயற்கையோடு இயைந்த வாழ்வு!

13. வலசைப் பறவைகளின் சொர்க்க பூமி

ராமேஸ்வரத்தில் பறவைகள் கணக்கெடுப்பு நடத்த ஓர் ஐந்தாறு வருடங்கள் தொடர்ச்சியாக எங்கள் குழுவுக்கு வாய்ப்பு கிடைத்தது. பல இடங்களில் நான் குறிப்பிட்டது போல, பறவை நோக்க கணக்கெடுப்பு நடத்துவதில், நானும் என் குழுவும் நல்ல தேர்ச்சி பெற்றிருந்தோம். காரணம், பல ஜாம்பவான்களுடன் நான் பல பிரதேசங்களில் இது போன்ற கணக்கெடுப்புகளில் பங்கு பெற்றிருந்த அனுபவம் எனக்குக் கை கொடுத்ததுடன், நல்ல பறவை நோக்கர்கள் உள்ள குழு அமைந்ததும்தான்.

உதாரணமாக, மஹாராஷ்டிராவில் பம்பாய் இயற்கை வரலாற்றுச் சங்கத்துடன் பல கணக்கெடுப்புகளில் பங்கு வகித்ததோடு, சில இமாலயப் பறவை நோக்கப் பயணங்களுக்குத் தலைமை தாங்கி நடத்தியது பல வகைகளில் உதவியது; கேரளத்தில் பணிபுரியும் போது, திரு. உத்தமன் மற்றும் மரு. ஸ்ரீகுமார் போன்றோரின் பறவைகள் கணக்கெடுப்புகளில் பங்கு பெறும் வாய்ப்பும், சில நேரங்களில் குறிப்பிட்ட பகுதிக்குத் தலைமை தாங்கும் பொறுப்பும் வாய்த்தது; முனைவர் பாலசந்திரன் போன்றோருடன் பல பறவைகள் கணக்கெடுப்புகளில் இணைந்து பணியாற்றும் வாய்ப்பு கிடைத்தது. இப்படி இந்தப் பணியில் ஓரளவு தேர்ச்சி பெற்றிருந்ததால், பல சரணாலயங்களில் பறவைகள் கணக்கெடுப்பு நடத்த அழைப்பு கிடைத்தது. சில நல்ல வனத்துறை அதிகாரிகளின் ஒத்துழைப்பும் கிட்டியது.

அத்துடன், கிரிஸ்டோபர், ஜயசங்கர், அபிஷேக், பரமேஸ்வரன் போன்ற வல்லுனர்களும், பிற நல்ல பறவை நோக்கர்களும் எனது

குழுவில் இருந்ததால், இதுபோன்ற கணக்கெடுப்புகள் நடத்த எளிதானது. எந்த நேரத்திலும், சுமார் 20 பேரைத் திரட்டக்கூடிய திறன் இருந்தது! மேலும், ஒரு குழுவாக இயங்க அவர்கள் என்றுமே யோசித்ததில்லை. ஒரு சில கருத்து வேறுபாடுகள் இருந்தாலும், எடுத்த காரியத்தை முடிக்க அவை தடையாக இருந்ததில்லை. காலப் போக்கில், குழு பிரிந்து போக நேர்ந்தாலும், அந்த நாட்கள் என்றும் நினைவில் நிற்பவை. அது போல ஒரு பறவைகள் கணக்கெடுப்பில் நேர்ந்த அனுபவம் பற்றியதுதான் இந்தக் கட்டுரை.

ஒரு ஜனவரி மாதம் வலசைப் பறவைகளையும் பூநாரைகளையும் கணக்கெடுக்கப் போயிருந்தோம். முதல் நாள் மாலை கோதண்டராமர் கடற்கழியில் வெகு அதிகமான எண்ணிக்கையில் கடற்காகங்களும் (Gulls), ஆலாக்களும் (Terns) அங்குக் கூடியிருந்தன. அவற்றோடு, பூநாரைகளும் (Flamingos) அதிக அளவில் இருந்தன. ஆனால், வெகு தொலைவில், மணல் திட்டுகளின் அருகே இருந்தன. காலை சூரியோதயத்திற்கு முன் அங்கிருந்தால், சற்று அருகில் பார்க்கலாம் என்று மனதில் பட்டது. அது மிக அண்மைக் கணக்கை (better approximate count) தரும் என்று தோன்றியது.

அப்போது, கூட இருந்த நண்பரும், புகைப்படக் கலை ஆர்வலரும் ஆன பைஜு, 'சார், நாம் இருவரும் காலையில் கட்டாயம் வரலாம். அப்போது நல்ல படங்கள் கிடைக்கும்.' என்றார். வண்டியை அவர்தான் ஓட்ட வேண்டும்! எனவே, நான் சரி என்றேன்! சொன்னது போல, அதிகாலை 5 மணிக்கெல்லாம்

புறப்பட்டு கடற்கழியின் பின்புற வழியில், அதாவது கோயிலின் எதிரில் உள்ள கருவேலங் காட்டுக்குள் புகுந்து கழியின் மேற்கு முனையை அடைந்தோம். எதிரில் கிழக்கு வானம் சிவந்து கொண்டு வந்தது. இடது புறம் கோதண்டராமர் கோயில் பொன்னிற ஒளியில் தகதகத்தது. சூரியன் ஆரஞ்சுக் கோளமாக அரிச்சல்முனை பாகத்தின் இடது புறத்தில் இருந்து வெளிவரத் தொடங்கியது. எங்குப் பார்த்தாலும், மயக்கும் பொன்னிறமும் சிவப்பும் கலந்த கிறங்கடிக்கும் ஒளி ஜாலம்! அந்தப் பிரதேசமே ஒரு சொல்லமுடியாத மாயமான ஒளி ஜாலத்தில் திகழ்ந்தது. அதனிடையில், நாங்கள் தேடி வந்த பூநாரைகள் எங்களுக்கு அருகிலேயே அந்த மயக்கும் ஒளியில் தகதகத்துக் கொண்டு ஒரு ரோஜாத் திட்டு போல ஒளிர்ந்தன. கீழ் வானில் மிதந்த சில மேகத் திரள்கள், இந்த மாய ஒளியைக் கூட்டியும், குறைத்தும், வடிகட்டியும் என்னென்னவோ ஜாலங்களைக் காட்டின! ஆக மொத்தம், அந்தக் காலைப் பொழுது வேறு உலகத்திற்கு எங்களைக் கொண்டு சென்றது என்றால் சரியாக இருக்கும்!

பல அருமையான படங்கள் நண்பருக்குக் கிடைத்தன. என்றாலும், எல்லாப் புகைப்படக் கலைஞர்களைப் போல, மிகுந்த சொந்தம் கொண்டாடும் தன்மையால், ஒரு சில படங்களையே என்னுடன் பகிர்ந்து கொண்டார்! இது ஒரு வகை பொஸஸிவ்னஸ் என்றுதான் சொல்ல வேண்டும்! மனிதர்களில் நூறு சதம் நல்லவர் என்று யாரேனும் உண்டோ? இப்படித்தான் நட்பில் மற்றும் உறவில் விரிசல்கள் வருகிறது! எனக்கு அன்றைய அனுபவம் மறக்க இயலாததானது! காரணம், மறு முறை காணக்கூடிய காட்சி அல்ல அது! அதே இடத்தில் அதே நேரத்தில் வேறொரு நாள் இப்படி ஒரு நிகழ்வு சாத்தியம் இல்லை. ஒவ்வொரு நாளும் ஒவ்வொரு விதமாக வானமும், சூரியனும், கதிர்களும், மேகங்களும் காட்சி தரும். புகைப்படங்கள் அந்த அரிய நிகழ்வை நினைவுபடுத்துமே அன்றி, மனத்திரை தான் அதைச் சரியானபடி வெளிக்கொணரும்!

இப்படியாக, அந்த இயற்கை அழகில் பாரதி போல மனதைப் பறிகொடுத்து விட்டு, நேரம் போவது தெரியாமல் நின்று கொண்டிருந்தேன். சற்று நேரத்தில், சுய நினைவு வந்ததும், பூநாரைகளின் எண்ணிக்கையை எடுக்க வேண்டும் என்ற பணி நினைவுக்கு வந்தது. அதற்குள் சூரியனும் நிறம் மாறி, தங்கத் தட்டு போல ஆகி விட்டான்! தொடுவானில் இருந்து மேலெழும்பி, பிரகாசமாக ஒளிரத் தொடங்கினான். எனவே, கணக்கிடுவது

எளிதாகப் போனது. சுமார் 5000 பூநாரைகள் அந்தக் கடற்கழியில் விரவிக் கிடந்தன. ஒரே இடமாக இல்லாமல், திட்டுத் திட்டாக அவை அங்கங்கு சிதறி அந்தக் கழி மொத்தமும் ரோஜா வண்ணத்தில் ஒளிர வகை செய்து கொண்டிருந்தன. அவற்றுடன், வெண்ணிறக் கடற்காகங்கள் இணைந்து ஒரு வண்ணமயமான ஓவியம் போன்ற தோற்றத்தை ஏற்படுத்தின.

அன்று அங்கிருந்தவை பெரிய பூநாரைகள் (Greater Flamingos). சில நேரங்களில், இவற்றுடன் சிறிய பூநாரைகளும் காணப்படும். பூநாரைகள் பெரும்பாலும் குஜராத்தில் இருக்கும் ரான் ஆஃப் கட்ச்சில் (அதாவது கட்ச்சில் உள்ள உவர் நிலம்) இருந்து வருபவை. ஆயினும் சில கூட்டங்கள் தென் ஆப்பிரிக்காவில் இருந்தும் வருவதுண்டு என்று வலசை ஆய்வுகள் தெரிவிக்கின்றன. இந்தியாவில் இன்று வரை அவை இனப்பெருக்கம் செய்யும் இடம் ரான் ஆப் கட்ச் தான். சாலிம் அலி தன்னுடைய சுயசரிதையில், ரான் ஆப் கட்ச் சென்று, பூநாரைகள் இனப்பெருக்கம் செய்யும் இடத்தைப் பார்வையிட்டதை வெகு சுவாரஸ்யமாக எழுதி இருப்பார். எப்படி ஒட்டகங்களின் மேலேறி ஒரு கூட்டமாகப் போனார்கள்; அந்தக் குஜராத்தி மன்னரின் புகைப்படக் கலைஞர் கொண்டு வந்த கேமராவைப் பார்த்து அதில் படம் எடுக்க இயலுமா என்று அவர் சந்தேகித்தது; வனத் துறை அதிகாரியை எப்படி ஒட்டகம் கீழே தள்ளியது; என்று ருசிகரமாக எழுதி இருப்பார்! அந்த இடத்திற்கு பிளமிங்கொ சிட்டி என்று பெயரிட்டு இருப்பார்! தரையில் மண்ணைக் குழைத்து அவை அண்டா அளவில் ஒரு மேடையை அமைத்து அதன் குழிவில் ஒன்று அல்லது இரண்டு முட்டைகளை இட்டு அடைகாக்கும் அழகை வர்ணிப்பார்! வெகு நீண்ட கால்கள் இருப்பதால், மடக்கித் தரையில் அமர்ந்து அடை காப்பது இயலாத காரியம் என்பதால், மணல் மேடைகள்! இயற்கையின் விந்தை தான் என்னே!

பூநாரைகளின் இரை தேடும் அழகு காண்பதற்கு இனிய காட்சி. இரண்டு துண்டாக வெட்டப்பட்ட கிழங்குத் துண்டுகளை ஒட்டியது போல இருக்கும் அலகினால் அவை உவர் நிலங்களில் நிற்கும் நீரில் உள்ள நுண்ணுயிரிகளைக் கீழ்ப்புறம் மடிந்து காணப்படும் அலகில் உள்ள சல்லடை போன்ற அமைப்பினால் சலித்து எடுத்து மேல்புற அலகில் உள்ள நாக்கு போன்ற அமைப்பினால் எடுத்து உண்ணும்! இதற்குத் தோதாக, அலகினை

நீரில் அங்கிருந்து இங்கும், இங்கிருந்து அங்கும் இழுத்துக் கொண்டே செல்லும்! கூட்டமாக அவை இது போலக் கழுத்தை வளைத்துக் குனிந்து இரை தேடும் காட்சி, பார்க்க அழகாக இருக்கும். அவற்றின் குழறல் ஒலி, எப்போதும் ஒரு பின்னணி இசை போலக் கேட்டுக்கொண்டே இருக்கும். அந்தி சாய்ந்து இருள் படர்ந்த பின்னும், பூநாரைகள் நிற்பதை நாம் இந்த ஒலியின் மூலம் அறியலாம். மிகப் பழங்காலப் பறவை வகையை (Pelagic) சேர்ந்த பூநாரைகள், பல ஆயிரம் வருடங்களாக மாறாமல் உள்ளன.

சிறிய பூநாரைகள் நன்கு அடர் ரோஜா நிறத்தில் சின்ன உருவம் கொண்டு இருக்கும். இவைதான் தென்னாப்பிரிக்காவில் இருந்து வருகின்றன என்று தோன்றுகிறது. இவை கிழக்கு கடற்கரையின் பகுதிகளில் சென்னைக்குக் கீழே பெரும்பாலும் அதிகம் காணப்படுவதில்லை. எது எப்படியோ, மன்னார் வளைகுடா பகுதிகளில் நாங்கள் நடத்திய பறவைக் கணக்கெடுப்புகளையும் அவற்றுடன் தொடர்புடைய நிகழ்வுகளையும் என்றும் மறக்க இயலாது. குறிப்பாக, பூநாரைகள் குவியும் இடங்களையும், அந்த மயக்கம் தரும் வர்ண ஜாலங்களையும், அற்புதமான அந்தக் கடலோர கவிதைகளையும், வலசைப் பறவைகளின் சொர்க்க பூமியான நெய்தல் நிலத்தையும் மறக்க இயலவே இயலாது!

14. ராவ் வீட்டு மாமரமும் ஷிக்ராவும்

சாதாரணமாக மக்கள் மொட்டை மாடியில் குளிர் காலங்களில்தான் காலையிலும் மாலையிலும் உலாவுவார்கள்; அல்லது இளைப்பாறுவார்கள். காரணம், அப்போதுதான் சீதோஷ்ண நிலை சற்று குளுமையாக இருக்கும். வெயில் காலங்களில் தெருவிலேயே நடமாட்டம் இருக்காது; மொட்டை மாடிக்கு யார் போவார்கள்? வெகு சீக்கிரமே துணிகளையும் உலர்த்திவிட்டுப் போய் விடுவார்கள். எனவே, ஏப்ரல் மாதம் நான் அடிக்கடி இந்த வேகாத வெயிலில் மொட்டை மாடியில் பகலில் வெகு நேரம் நின்று கொண்டிருந்ததைப் பார்த்த அக்கம் பக்கத்து வீட்டுக்காரர்கள் நிச்சயம் என்னைப் பற்றி வேறு விதமாக நினைத்திருப்பார்கள் என்பதில் சந்தேகம் இல்லை! அதிலும் கையில் ஒரு பைனாகுலருடன் வானத்தைப் பார்த்துக் கொண்டு ஓர் ஓய்வு பெற்ற வங்கி ஊழியர் பதைபதைக்கும் வெயிலில் வெகு நேரம் நின்று கொண்டிருக்கிறார் என்பதைப் பார்த்து கட்டாயம் பரிதாபப்பட்டு இருப்பார்கள்! கொஞ்சம் ஏதோ கழன்றுவிட்டது என்றும் நினைத்திருப்பார்கள்!

அவர்களுக்கு இளவேனில் தொடங்கி முதுவேனில் வரையுள்ள காலம், பறவைகள் கூடு வைக்கும் காலம் என்று தெரிந்திருக்க வாய்ப்பில்லை! பறவைகள் மிக இனிமையாகப் பாடும் காலமும் இதுதான் என்று தெரிந்திருக்கவும் வாய்ப்பில்லை! பறவைகள் காதல் வயப்பட்டு இணை சேரும் காலமும் இதுதான் என்று தெரிந்திருக்கவும் வாய்ப்பில்லை! ஆங்கிலத்தில் சொல்வது போல

இந்தக் காலம் 'love is in the air' ஆனால், உன்னிப்பாகப் பார்ப்பவர்களுக்கு மட்டும்தான் தெரியும்! இந்த முறை, அதாவது, இந்தக் கோடைக்காலத்தில் ஓர் இனிய நிகழ்வு நடந்தேறியது. தையல் சிட்டு, புல்புல் போன்றவை மற்றும் மைனாக்கள் கூடு வைப்பது நல்ல பறவை நோக்கர்களுக்கு எளிதாகத் தெரிய வரும். ஏனென்றால், பெரும்பாலும் அவை தோட்டச் செடிகளில் கூடு வைக்கும் அல்லது வீட்டின் தாழ்வாரங்களில் வைக்கும். அவற்றின் சுறுசுறுப்பான ஓட்டங்கள், ஒலி எழுப்புதல், குஞ்சுகளின் இரைச்சல் போன்றவை கூடு இருக்கும் இடத்தைக் காட்டிக் கொடுத்து விடும். ஆனால், வேட்டையாடிப் பறவைகளின் கூட்டைக் கண்டு பிடிப்பது கடினம். காரணம், அவை நெடிதுயர்ந்த மரங்களில் யாரும் எளிதில் கண்டுபிடிக்க இயலாத வகையில் அமைந்திருக்கும்.

அன்று காலையில் படுக்கையை விட்டு எழும்போதே ஒரு நாய்க்குட்டி ஓசை எழுப்புவது போல 'கிக், கிக்' என்ற ஒலி தொடர்ச்சியாகக் கேட்டது. ஜன்னலின் வழியே பார்த்த போது, எதிர் வீட்டுத் தென்னை மரத்தில் ஒரு ஷிக்ரா அமர்ந்திருந்தது தெரிந்தது. ஷிக்ரா என்று பறவை நோக்கர்களால் அறியப்படும் இந்த வேட்டையாடிப் பறவை, பல மாவட்டங்களில் பல பெயர்களால் அறியப்படும். லகுடு, வல்லூறு, வில்லேந்திரன் என்று பல பெயர்களால் இதை அழைப்பர். இது நகரங்களிலும், கிராமங்களிலும், விளை நிலங்களிலும் சாதாரணமாகக் காணப்படும் பறவை. ஆனால், மைனாக்கள் போல மிகுந்த எண்ணிக்கையில் அல்ல. அங்கொன்றும் இங்கொன்றுமாகக் காணப்படும் பறவை. இவற்றின் குரலொலி, கிப், கிப் அல்லது கிக் கிக் என்று தொடர்ந்து கேட்கும். இணை சேராத காலங்களில் பெரும்பாலும் அதிகம் குரலெழுப்பாத பறவை. இவற்றின் காதல் களியாட்டங்கள் காண்பதற்கு ஒரு விருந்து. வேட்டையாடும் திறன் மற்றொரு வியக்கத்தக்கக் கலை!

இணை சேரும் ஆணும் பெண்ணும் கிப்கிப் என்று பெருங்குரலில் கத்தியவாறு, வானில் ஒன்றின் பின் ஒன்றாக வட்டமிட்டுப் பறக்கும். பின் ஒன்றின் மீது ஒன்று மோதுவது போல மேலும் கீழும் பறந்து ஒன்றையொன்று துரத்தும். உச்சக் கட்டக் களியாட்டமாக, ஒன்றின் கால் விரல்களுடன் மற்றொன்றின் விரல்களைப் பின்னிக்கொண்டு உயரத்தில் இருந்து அப்படியே பல்டி அடித்து ஒரு 500 மீட்டர் தலைகீழாகப் பாயும்! நேரே விழுந்து தரையில் மோதி விடுமோ என்று நாம் பதறும் வேளையில், சட்டென்று விரல்களை விடுவித்துக்கொண்டு மறுபடியும் மேலே பறந்து விளையாட்டைத் தொடரும்! விரல்களைப் பின்னிக்கொண்டு உயரத்தில் இருந்து அவை அடிக்கும் பல்டிதான் இந்தக் காதல் களியாட்டத்தின் சிறப்பு அம்சம்! இந்தக் களியாட்டத்தைக் காணத்தான் நான் மொட்டை மாடியில் வெயிலில் காய்ந்தது! ஏனென்றால், நல்ல பகல் வேளையில் தான் இது நிகழும்! காரணம், அப்போதுதான் காற்று லேசாகி அதிகச் சலனமில்லாமல் அவற்றுக்குத் தேவையான மிதவை சக்தியை (buoyancy) தரும்! பறக்கும் போது அவற்றின் பழுப்பு நிற உடல்; ஒளி ஊடுருவும் இறகுகள்; பட்டைகள் கொண்ட வால் பகுதி; போன்றவை நீல வானின் பின்னணியில் வெகு அழகாகத் தெரியும்.

இணையில், ஆண் சற்றே சிறிய உருவத்துடன், ஆனால் அழகான சாம்பல் நிறம் கொண்டு சிவந்த கண்களுடன் காணப்படும்; பெண் சற்றே பெருத்தும், பழுப்பு நிற உடலும் கொண்டு மஞ்சள் கண்களுடன் காணப்படும். எனது படுக்கையறை ஜன்னலின் எதிரே உள்ள தென்னையில் அமரும்போதே, அது ஆணா அல்லது பெண்ணா என்பதை அறிய முடியும். இந்தக் காதல் காலம் ஒரு சில வாரங்கள் நீடிக்கும். பின் அவை கூடு கட்டும் பணியில் இறங்கும். முதலில் சரியான இடத்தைத் தேர்வு செய்ய வேண்டும், அதாவது எந்த மரம் என்று தீர்மானிக்க வேண்டும். அதன் பின் அருகில் உள்ள பகுதிகளில் இருந்து சின்னச் சின்னக் குச்சிகளைக் கொண்டு வர வேண்டும். இங்கேயோ, மிக வசதியாக ராகவேந்திர ராவின் வீட்டு மாமரம் இருந்தது. கிட்டத்தட்ட ஒரு 40 அடி உயர மரம் அது. அதன் கிளைகள் அப்போதுதான் துளிர்த்து அடர்த்தியாகக் கொப்பும் குலையுமாக இருந்தது. காய் பிடிக்க இன்னும் ஒரு மாதக் காலம் ஆகும். அதற்குள் குஞ்சு வெளி வந்து விடும். இந்தத் திட்டமிடுதல் தான், என்னை மிகவும் வியப்பில் ஆழ்த்தும் விஷயம்!

இயற்கையில், இப்படி ஓர் உள்ளுணர்வு எந்தக் கல்வியும் இல்லாமல் இயங்குகிறது! எந்தக் காலத்தில் எது பூக்கும் என்று வண்ணத்துப் பூச்சிக்குத் தெரியும்; எந்த வகை மரம் காய்க்கும் என்று விலங்குகளுக்குத் தெரியும்; எங்குத் தண்ணீர் கிடைக்கும் என்று தெரியும். இப்படி அந்தச் சுழற்சி, முறையாக இயங்கும். கெடுப்பது, மனிதப் பதர்கள்தான்! அதுபோல, இந்த ஷிக்ரா ஜோடி, மாமரத்தைச் சரியாகத் தேர்ந்தெடுத்தது! அதன் நேர்கோட்டில் தென்னை மரம் – ஒரு கண்காணிப்பு கோபுரம் போல! அங்கிருந்து கூட்டில் என்ன நடக்கிறது என்று தெளிவாகத் தெரியும்! இணையில் ஒன்று கூட்டில் இருக்கும்போது மற்றொன்று தென்னையில் காவல் இருக்கும்! ஆணும் பெண்ணும் இணைந்து குடும்ப வேலைகளைப் பார்த்தன. கூடு அடர்த்தியான இலைகளின் நடுவே இருப்பதால், பிற கண்களில் படுவது சிரமம்; நல்ல உயரத்தில் இருப்பதால் மற்ற விலங்குகள், பாம்புகள் வர வாய்ப்பு குறைவு! எனவே, நல்ல பாதுகாப்பு. இப்படி உள்ளுணர்விலேயே அவை கச்சிதமாகச் செயல்படுவதைக் கண்டு வியந்து போனேன்!

எனக்கு இயலும் என்றால், கூடு உள்ள மாமரத்துக்கு அருகே இருக்கும் வீடுகளின் மொட்டை மாடிக்குச் சென்று அவை எவ்வாறு குஞ்சுகளை வளர்க்கின்றன என்று காண ஆவலாக இருந்தது. ராவ் உடல்நிலை சரியில்லாமல் ஆஸ்பத்திரியில் இருந்ததால், அவர் வீட்டிற்குச் செல்ல இயலவில்லை; அடுத்துள்ள வீடுகளில் உள்ளவர்கள் என்னுடைய நீண்ட நேர அவதானிப்புகளை விரும்பவில்லை! எனவே, எப்படிக் குஞ்சுகள் வளர்ந்தன, பறந்தன என்று அறிய முடியவில்லை. என்னுடைய மொட்டை மாடியில் இருந்து கூட்டைக் காண முடியாது; பெற்றோர் பறவைகள் அவ்வப்போது பறந்து வந்து போவதை மட்டும் பார்க்க முடியும். இப்படி ஒரு மாதம் இந்த ஷிக்ரா ஜதையுடன் எனது நாட்கள் நகர்ந்தன! 'மேரி சாமுனிவாலி கிடுகி மே ஏக் சாந்த்திகி டுக்டா ரஹ்தா ஹை' என்கிற அறுபதுகளில் வந்த பாட்டை, 'மேரி சாமுனிவாலி நாரியல் மே ஏக் ஷிக்ராக்கி டுக்டா ரஹ்தா ஹை' என்று மாற்றிப் பாட வேண்டி வந்தது! எது எப்படியோ, ராவ் வீட்டு மாமரம் எனக்கு மிகவும் நெருங்கிய தோழனாகிவிட்டது. அது எப்போதும் யாருக்கேனும் அடைக்கலம் தரும் இடம் ஆகிவிட்டது. ஏனெனில், இப்போது பழந்தின்னி வவ்வால்கள் அங்குக் குடியேறிவிட்டன; அடுத்த சில மாதங்களில், நீர்ப்பறவைகள் வரத் தொடங்கி விடும்!

15. துரைராஜின் சிஸ்ஜியம் குமுணை!

நீலகிரியின் தென் பாகங்கள் பற்றிப் பெரும்பாலும் தமிழகத்தின் மற்ற பாகங்களில் உள்ளவர்களுக்கு இன்றும் விரிவாகத் தெரியாது! நீலகிரி என்றாலே ஊட்டி, குன்னூர், கோத்தகிரி, லவ்டேல் போன்ற இடங்கள்தான் என்பது சாதாரணப் பயணிகளின் அனுமானம். தவறில்லை, காரணம் மற்ற இடங்கள் நெடுஞ்சாலைகளை அடுத்து இல்லாமல் உள்ளடங்கி இருப்பதுதான். மேலும், அங்கு மேலே சொன்ன நகரங்களில் கிடைக்கும் வசதிகள் கிடைக்காததும் முக்கிய காரணம். ஆனால், இங்குதான் இயற்கை தன் எழிலை முழு வீச்சில் காட்டுகிறாள். சுமார் இரண்டரை வருடங்கள் இந்தப் பிரதேசத்தில் பணிபுரியும் வாய்ப்பு கிடைத்தது ஒரு வரம் என்றுதான் சொல்ல வேண்டும். இதனால், இந்தப் பிரதேசத்தின் முழு அழகையும் நான் மிகவும் ரசித்திருக்கிறேன். காலை மற்றும் மாலை நேர வானம் காட்டும் அழகு; இரவு வானம் காட்டும் அற்புதமான வான்வெளிக் காட்சி; சலசலத்து ஓடும் நீரோடைகளின் எழில்; நெடிய மலைத் தொடர்களின் கம்பீரம்; காடுகளின் பசுமை; காற்றின் தூய்மை; மயக்கும் சீதோஷ்ணம் என்று பல விஷயங்கள் நம்மை ஈர்க்கும்.

இத்தனைக்கும், முள்ளும் மலரும் போன்ற திரைப்படங்கள் இங்குதான் படமாக்கப்பட்டன! ஆயினும், இந்தப் பிரதேசம் வெகுவாகப் பிரபலமாகவில்லை. ஆனால், என்னைப் போன்ற இயற்கை விரும்பிகளின் பிடித்தமான இடங்களில் இந்தப் பகுதி முக்கியமானதாகும். எனது வங்கி மஞ்சூரில், அதாவது, குந்தாவை ஒட்டி இருந்தது. போக்குவரத்து வசதிகள்

இருந்தாலும், ஒரு பெரிய நகரத்தைப் போல வசதிகள் கிடையாது. மேலும், அருகிலுள்ள நகரத்துக்குப் போகவேண்டும் என்றால், வளைந்து நெளிந்து செல்லும் மலைச்சாலையில் பயணம் செய்யவேண்டும். சுமார் 30 கி.மீ. தூரம் செல்ல ஒன்றரை மணி நேரம் பிடிக்கும் (அந்தக் காலகட்டத்தில்). சொந்த வண்டியில் செல்வது அவ்வளவு உசிதமில்லை, சாலைகளின் நிலையால். இன்று முற்றிலும் எல்லாம் மாறிவிட்டது! எல்லா இடங்களிலும் நல்ல சாலை; நின்று செல்ல நிழற்குடைகள்; சாலையோரத் தடுப்புச் சுவர்கள் என்று பிரமாதமாக ஆகி விட்டது!

மஞ்சூர் ஓர் அழகான சிற்றூர். பெரும்பாலும் படுகர்கள்தான் இந்தப் பகுதிகளில் அதிகம் வாழும் மக்கள். அவர்களுடன் இலங்கை அகதிகளும் பெரும் எண்ணிக்கையில் உள்ளனர். தேயிலைதான் இந்தப் பிரதேசத்தின் வாழ்வாதாரம். சுற்றிலும் நெடிய மலைகள்சூழ்ந்த ரம்மியமான சூழல். குளுகுளு என்று இயற்கை ஏசி. மாலை ஆறு மணி ஆகிவிட்டால், கம்பளிச் சட்டை இல்லாமல் வெளியே போக இயலாது. இரவு சர்வ சாதாரணமாக 12லிருந்து 10 டிகிரி வரை வெப்பநிலை இருக்கும். பகலில் 24 முதல் 28 வரை இருக்கும். நல்ல குளிர் காலத்தில் இன்னும் 2லிருந்து 4 வரை குறைய வாய்ப்புண்டு. அங்குதான் தமிழ்நாட்டின் முதல் புனல் மின் நிலையம் காமராஜரின் காலத்தில் கனடா நாட்டு ஒத்துழைப்புடன் நிறுவப்பட்டது. இங்குள்ளது, இரண்டாம் புனல் மின் நிலையம். எனவே, மின் நிலைய ஊழியர்கள் நண்பர்களாகினர். மாலை நேரங்களில், பேட்மிண்டன், டேபிள் டென்னிஸ் போன்ற விளையாட்டுக்கள் நடக்கும். அடுத்துள்ள சின்னக் கிராமங்களுக்கு அல்லது சமூகக் காடுகளுக்கு நடைப்பயணம் போவோம். இப்படி நல்ல உடல் பயிற்சி கிடைக்கும். நல்ல சீதோஷ்ணம். சாமிநாதன் கடையில் நல்ல சாப்பாடு. பின் கேட்கவா வேண்டும், ஆரோக்கியத்திற்கும், உற்சாகத்திற்கும்? அது ஒரு பொற்காலம். இந்தக் கதை அங்கிருந்த ஒரு வனத்துறை ஊழியர் பற்றியது. மனித உளவியல் குறித்ததும் ஆகும்.

முள்ளும் மலரும் திரைப்படத்தில் வரும் பென்ஸ்டாக்தான் இந்த நிகழ்ச்சியின் களம். பென்ஸ்டாக் என்பது புனல் மின் நிலையங்களில் நீரின் வரத்தை நிர்ணயிக்கும் வால்வு போன்ற அமைப்பு. ஆனால், மிகப் பெரிதான ஓர் உருளைத் தொட்டிபோல இருக்கும். அப்போதுதான் நீரின் வேகத்தைக் கட்டுப்படுத்த இயலும்; நீரை ராட்சதக் குழாய்களில் திருப்ப முடியும். பென்ஸ்டாக்கில் இருந்து கீழே உள்ள கெத்தை மின் நிலையம்

வரை ராட்சதக் குழாய்களைக் கண்காணிக்க விஞ்ச் (உருளையில் இரும்புக் கம்பிகளால் இயக்கப்படும் ஊர்தி) இயக்கப்படும். சினிமாவில் ரஜினி இந்த விஞ்ச் இயக்குபவராக வருவார். இந்த விஞ்ச் இருக்கும் இடத்தை ஒட்டி வனத்துறையின் ஒரு நடைப்பயணக் கொட்டகை (டிரெக்கிங் ஷெட்) இருக்கிறது. இங்கு முன் அனுமதி பெற்றுத் தங்க வசதிகள் உண்டு. இந்த இடத்தின் விசேஷமே இங்கு நாம் காணக்கூடிய இயற்கைக் காட்சி தான். க் போலக் கிடையாக (பக்கவாட்டில்) கிடக்கும் நீலகிரி மலைத்தொடர்கள் கண் முன்னே விரிந்து கிடக்கும் காட்சியின் எழிலை வார்த்தைகளால் வர்ணிக்க இயலாது! 'காடுகள் மலைகள் தேவன் கலைகள்' என்ற கண்ணதாசனின் வரிகள் எத்தனை உண்மை என்பதை உணர முடியும்! அதிகாலையில், மலைகளின் மேல் கவிந்து கிடக்கும் மேகத் திரள்கள் ஒரு நம்ப இயலாத காட்சியைத் தரும்! இரவிலோ, வான்வெளி ஒரு வைரம் பதித்த கரும் பட்டாக விண்மீன் கூட்டங்களுடன் பொலியும். இயற்கைக் காட்சிகளை ரசிப்பவருக்கு இது ஒரு சொர்க்க லோகம்!

இந்த நடைப்பயணக் கொட்டகையை அந்தக் காலத்தில் பராமரித்து வந்த பொறுப்பாளர் திரு. துரைராஜ் அவர்கள். அவரது விருந்தோம்பல் அந்த வட்டாரத்தில் மிகவும் பிரபலம். சமையலும் பிரசித்தி பெற்றது. வனத்துறை உயர் அதிகாரிகள் பெரிதும் விரும்பி வரும் ஓர் இடம் பென்ஸ்டாக் நடைப்பயணக் கொட்டகை. உள்ளூர் வாசிகளும், அரசியல் தலைவர்களும் மற்றும் பலரும் விரும்பி வரும் இடம். இதற்கு முக்கியக் காரணம், துரைராஜ் தான் என்பது எல்லோருக்கும் தெரிந்த ரகசியம்! இதனால், துறையில் பலருக்கு அவர் மீது பொறாமையும் இருந்தது! எனக்கும் அவருக்கும் வன உயிரினங்கள் மற்றும் செடி, கொடிகள் குறித்த ஆர்வம் இருந்ததால், நல்ல நட்பு இருந்தது. பின்னாட்களில், அங்கு குடித்துக் கும்மாளம் போடும் கூட்டங்கள் தொல்லை அதிகமாகிவிட்டது என்று புகார் வந்தது எதிர்பார்த்தது தான்! பணமும், அதிகாரமும் தவறாகப் பயன்படுத்தப்பட்டால் நிகழும் சம்பவங்கள் அவை! அங்கு மாலை நேரத்தில் மேய வரும் கேழை ஆடுகளைக் காணவே நான் இங்கு வருவேன். மற்றொரு காரணம், இரவு நேர வானத்தையும், நட்சத்திரக் கூட்டங்களையும் காண இதைப் போன்ற இடம் கிடைப்பது அரிது.

அன்று ஊட்டியில் இருந்தும், சென்னையில் இருந்தும் சில உயர் அதிகாரிகள் வந்து இருந்தனர். வழக்கமான உபசரிப்பு, மதிய உணவு முடிந்தபின், சற்றுக் கால்நடையாக உலவி வரும் போது, ஓர் உயர் அதிகாரி அங்கிருந்த ஒரு மரத்தைக் காட்டி, 'இது என்ன

மரம்?' என்று கேட்டிருக்கிறார். அங்கிருந்த பெரும் பாலானவர்களுக்கு விடை தெரியவில்லை! அதில், துரைராஜின் அடுத்த அதிகாரிகளும் அடக்கம். அதாவது, சரகர், வனவர், காப்பாளர் உட்பட. துரைராஜ் பேசாமல் இருந்திருக்கலாம்! சட்டென்று, 'இது நாவல் மரம் சார். சிஸ்ஜியம் குமுனை' என்று பதிலளித்தார்! உயர் அதிகாரி ஆச்சரியமாக இவரைப் பார்த்து, 'நீங்கள் யார்? என்ன பெயர்? எத்தனை ஆண்டுகளாகப் பணி புரிகிறீர்கள்?' என்று கேட்க, இவர் நான் தற்காலிக ஊழியர் என்று சொன்னார்! அவ்வளவுதான்! அங்கிருந்த எல்லா நிரந்தர ஊழியர்களுக்கும் நல்ல பாட்டு (டோஸ்) கிடைத்தது! 'ஒரு தற்காலிக ஊழியர் இவ்வளவு தெரிந்து வைத்துள்ளார், அதுவும் தாவர இயல் பெயருடன், நீங்கள் என்ன செய்கிறீர்கள்?' என்று இடம் வலமாக அன்று எல்லோருக்கும் சரியான திட்டு! ஒரே நாளில், துரைராஜ் வில்லன் ஆகிப் போனார்!

சாதாரணமாகவே, நான்கு பேர் உள்ள இடத்தில் ஒருவர் சற்று மிடுக்காகவும், புத்திசாலியாகவும் இருந்தால், மற்றவர்களுக்குப் பொறுக்காது! அதுவும் சீருடைப் பணியாளர்களின் இடையில் இது பெரிய பிரச்னையை உண்டாக்கும்! மேலதிகாரியின் முன் என்றால், இன்னும் விபரீதம்! நம்மை விட அடுத்தவர் சற்றுத் திறமைசாலி என்பதை ஒப்புக்கொள்ள மனம் கிட்டத்தட்ட எல்லாருக்கும் வராது என்பது உலக நியதி! அத்துடன், உடன் இருந்தவர்கள் பதவியிலும், பணி மூப்பு அடிப்படையிலும் இவரை விட ஒரு படி மேலே! இதனால், துரைராஜின் நிலை அந்த அதிகாரிகள் போன பின் சற்றுக் கவலைக்கிடமாகத் தான் ஆயிற்று, என்றாலும் பெரிய அளவில் பாதிப்பு இல்லாமல் போயிற்று. திறமையை ஊக்குவிக்கும் குணம் எல்லோருக்கும் வர வேண்டும்; ஒருவரின் நிலை அல்லது அந்தஸ்தை வைத்து அது இருக்கக் கூடாது என்பதெல்லாம் ஏட்டில் மட்டும் தான் என்பதையும், நடைமுறை வாழ்வில் அப்படிப் பெரும்பாலும் நிகழ்வதில்லை என்பதையும் நாம் ஒப்புக்கொள்ளத்தான் வேண்டும்! எது எப்படிப் போனாலும், அதன் பின் நான் அங்கிருந்தவரை துரைராஜை சிஸ்ஜியம் குமுனை என்றுதான் அழைப்பேன்! பல வருடங்களுக்குப் பின் மஞ்சூர் சென்றிருந்த போது, துரைராஜ் நல்லபடியாக ஓய்வு பெற்று மஞ்சூரிலேயே குடியேறி விட்டார் என்று அறிந்த போது மகிழ்ச்சியாக இருந்தது. சிஸ்ஜியம் குமுனையைத் தின்றால் எப்படி நாக்கு கரு நீலமாகிறதோ, அது போல, எனக்கு பென்ஸ்டாக் என்றால், துரைராஜின் நினைவும் மேலோங்கி நிற்கும்!

16. தகைவிலான்களுடன் ஒரு நாள்

மஞ்சூரில் இருந்தபோது, சில அபூர்வ மனிதர்களின் நட்பு கிடைத்தது பெரிய அதிர்ஷ்டம் என்றுதான் சொல்ல வேண்டும். கெச்சி கட்டி மணி மற்றும் வெங்கிடரமணன் இருவரின் நட்பு அப்படித்தான் அமைந்தது. இருவரும் ஒரே குடும்பத்தைச் சேர்ந்தவர்கள் என்பதோடு, அண்ணனும் தம்பியும் ஆவர். மணி, குடும்பச் சொத்தான தேயிலைத் தோட்டத்தைப் பராமரித்து வந்தார்; அவருடன் ரமணனும் தேயிலைத் தோட்டத்தைப் பராமரித்து வந்தாலும், மாடு வளர்ப்பில் பெரும் ஆர்வம் கொண்டிருந்தார். அந்தப் பிரதேசத்தில், அப்படி ஒரு முறையான மாட்டுப் பண்ணை அதுவரை இருக்கவில்லை. எனது வங்கியில்தான் அவர்களது கணக்குகள் இருந்தன. வேறு போட்டி வங்கி அங்கு இன்று வரை வரவில்லை என்று நினைக்கிறேன்! காரணம், அடுத்த பெரிய நகரில் இருந்து உள்ள தொலைவு; அடிப்படை வசதிக்குறைவு; போக்குவரத்துச் சிக்கல் போன்றவைதான். என்னுடைய அணுகுமுறை, நட்புடன் பழகும் தன்மை போன்ற குணங்கள் எனக்கு எல்லா இடங்களிலும் நல்ல நண்பர்களையும், வாடிக்கையாளர்களையும் தந்திருக்கிறது. இங்கேயும் அப்படி இவர்கள் இருவரும் நல்ல நண்பர்களாகவும், வாடிக்கையாளர்களாகவும் ஆகிப் போயினர்.

இதில் சிறப்பம்சம் என்னவென்றால், அவர்களது தேயிலைத் தோட்டம் அம்மக்கல் என்கிற காட்டுப் பகுதியில் இருந்தது. சுமார் 8 கி.மீ. தொலைவில், காப்புக் காடுகளைத் தாண்டிக் கிட்டத்தட்ட

6500 அடி உயரத்தில் அமைந்திருந்தது. சுற்றிலும் ரம்மியமான சோலைக் காடுகள். இந்த வகைக் காடுகள், நீலகிரி மற்றும் மேற்குத் தொடர்ச்சி மலைகளில் 6000 அடிக்கு மேல் காணப்படும். கிட்டத்தட்ட மழைக் காடுகளைப் போன்றவை எனலாம். எப்போதும் ஈரப்பதம் நிறைந்த இந்தக் காடுகள்தான் கீழே உள்ள எல்லா ஊர்களுக்கும் நீராதாரம். இவை இல்லையென்றால், நாமெல்லாம் தண்ணீருக்கு சிங்கி அடிக்க வேண்டியதுதான்! வெள்ளைக்காரன் காலத்தில் அவர்களுக்கு இந்தக் காட்டின் இடையில் தோட்டம் அமைக்க அனுமதி கிடைத்திருக்கிறது. அவர்கள் வீட்டில் பாடம் செய்யப்பட்ட காட்டெருமை, சிறுத்தை, கடமான் போன்றவற்றை இன்றும் காணலாம்! வெள்ளைக்காரனுடன் அவர்களின் தாத்தா அல்லது அப்பா வேட்டையாடிய காலத்தில் கிடைத்தவை! இப்போதும் தேயிலைத் தோட்டத்தின் சுற்றுமுற்றும் புலி மற்றும் சிறுத்தையின் கால் சுவடுகளைக் காணலாம். எனக்கு அங்கு போவதில் ஆர்வம் அதிகம் என்பதை நீங்கள் புரிந்து கொண்டிருப்பீர்கள்! அதிலும், எனக்கு ஒன்று அல்லது இரண்டு இரவுகளை அங்கு கழித்தால்தான் சந்தோஷம்!

அங்கு தோட்டத் தொழிலாளர்கள் தங்குவதற்கு ஓட்டு வீடுகள் வரிசையாக இருக்கும். வரவேற்பு அறை, சமையலறை என்றெல்லாம் எதுவும் கிடையாது! ஒரு நீண்ட பெரிய அறைதான் வீடு! அதில்தான் சமையல், தூக்கம் எல்லாம்! இரவு சரியான குளிர் இருக்கும்! தரையில் பாய் போட்டுப் படுத்தால், முதுகெலும்பு வரை குளிர் ஏறும்! எனவே, இரண்டு அல்லது மூன்று கம்பளிகள் தேவைப்படும்! காலை 8 மணி வரை வெளியே வெளிச்சம் வராது. காரணம், காட்டின் ஊடே சூரியக்கதிர்கள் வர நேரமாகும் என்பதோடு, பனிமூட்டம் விலகவும் தாமதமாகும். ஆனால், வெளிச்சம் பரவத் தொடங்கி விட்டால், பறவைகள் தங்கள் பாட்டுக்களை ஆரம்பித்து விடும்.

சீகாரப் பூங்குருவி என்று தமிழில் அறியப்படும் மலபார் விசிலிங் த்ரஷ் (Malabar Whistling Thrush) பருவ காலத்தில் தனது சீழ்க்கை மூலம் பாடத் தொடங்கி விடும். மலைவாசஸ்தலங்களில் இதன் பாட்டைக் கேட்காதவர் இருக்க முடியாது. அப்படி ஓர் அருமையான சீழ்க்கை ஒலி, பாடல் அல்லது ராகம் போல மயக்கும்! கொண்டைகுலாத்திகள் ஒன்றை ஒன்று விளித்துக் கொண்டு அங்கும் இங்கும் பறக்கும். தென்னிந்தியக் கருஞ்சிட்டு

சீகாரப் பூங்குருவி, கருஞ்சிட்டு, ஈப்பிடிப்பான்

(Black bird) அல்லது மலைச் சிட்டான் அதன் உள்ளம் கவரும் பாடலைப் பாடும். ஈப்பிடிப்பான்கள் (Flycatcher) சன்னமான குரலில் பாடிக் கொண்டு பூச்சிகளைப் பிடித்து வட்டமிட்டுக் கொண்டிருக்கும். அதிர்ஷ்டம் இருந்தால், கேழை ஆடு (Barking Deer), கட மான் (Sambar) போன்றவற்றைக் காணலாம். மிகவும் அதிர்ஷ்டம் இருந்தால், சிறுத்தை அல்லது புலி தென்படும்! எப்போதாவது யானைகள் இந்த வழியாகப் போகும்.

என்னுடைய முதல் பயணமே ஓர் அற்புதமான அனுபவமாக அமைந்தது. சனிக்கிழமை மாலை ஒரு 5.30 மணி அளவில் அங்குச் சென்றடைந்தேன். தொட்டக்கொம்பையில் இருந்து ஓர் அரைக் கிலோமீட்டர் நடந்த பின் காப்புக்காடுகள் தொடங்கும்; அதன் பின் தைல மரக்காடு ஒரு கிலோமீட்டர் தூரத்திற்கு; பின் மீண்டும் சோலைக்காடு; அதன் பின் தைலம் மற்றும் சீகை மரக்காடுகள்; அதனிடையே கீழுள்ள ஊர்களுக்கு வழங்க நீராதார நிலையம்; வடிகட்டிச் சுத்திகரிக்கும் தொட்டிகள்; சுற்றிலும் தேயிலைத் தோட்டங்கள் என்று நான்கு கிலோமீட்டர் வரை மனிதக் குடியிருப்புகள் இல்லாத ஓர் இடம். நீராதார நிலையத்திலிருந்து சுமார் ஒரு கிலோமீட்டர் மேலே சென்றால், மணியின் தோட்டத்தை அடையலாம். அதன் மேலே குன்றின் முடி, காடு மற்றும் சோலைக்காடுகளின் தொடர்ச்சி. நீராதார நிலையத்தின் அருகில், ஈரமண் நிலத்தில், மேற்கு தொடர்ச்சி மலைக்கு உரித்தான பல வகை வண்ணத்துப் பூச்சிகளைக் கண்டேன். சுவாலோ டெயில் வகையில் மூன்று வகை; பாப்பிலோனிடே வகையில் நான்கு; நவாபில் இரண்டு வகை; கிராஸ் யெல்லோவில் மூன்று வகை; என்று பார்த்துக்கொண்டே இருக்கலாம் போல அவை அந்தப் பிரதேசம் எங்கும் பரவிக்

கிடந்தன. இரண்டு இடங்களில் யானைகள் வந்து சென்ற அடையாளங்கள் இருந்தன!

அப்படியே மேலே ஏற, ஏற தேயிலைத் தோட்டங்களின் இரு மருங்கிலும், பறவைகள் மண்டிக்கிடந்தன. ஈப்பிடிப்பான்கள், புல்புல்கள், சிலம்பன்கள், கருஞ்சிட்டுகள் எனக் கூடடையும் முன்பு கடைசி நேர அல்லது இரவு உணவு தேடுவதில் மும்முரமாக இருந்தன. வரிசை வீடுகளுக்கு முன் பழைய சிதிலமடைந்த சில வீடுகள் இருந்தன. அவற்றின் உள்ளே இருந்து சில உழவாரன் குருவிகள் (Swallows and Swifts) போன்றவை வெளியே வருவதைப் பார்த்தேன். தகைவிலான் குருவிகள் மிக்கவாறும் இது போன்ற இடிபாடுகளில் கூடு வைப்பது வழக்கம். செம்பிட்ட தில்லான் (Red Rumped Swallow) பழைய அல்லது அதிகம் நடமாட்டம் இல்லாத கட்டங்களில் கூடு வைப்பது வழக்கம். பல இடங்களில் இதைக் கண்டுள்ளேன். இங்கு இருந்த பறவையோ சற்று வித்தியாசமாக இருந்தது. சின்ன ஊதா நிற உடல்; தலையும் தொண்டையும் செங்கல் சிவப்பு; பறக்கும் போது வாலின் அடிப்புற நுனியில் வெள்ளைப் புள்ளிகள் என்று இருந்தது. இடிந்த வீட்டின் அருகே சென்று கூர்ந்து நோக்கினேன். இருள் கவியத் தொடங்கியதால், முதலில் ஒன்றும் தென்படவில்லை. பின் இரண்டு சுவர்கள் இணையும் இடத்தில், கதவு நிலையை ஒட்டி, கிண்ணம் போன்ற கூடு இருந்தது! தகைவிலான்கள் எனது இருப்பைப் பற்றி கவலையில்லாமல் பறந்து வந்து கூட்டில் அமர்வதும் போவதுமாக இருந்தன! ஒன்று நிச்சயம், கூட்டில் முட்டையோ, குஞ்சோ இருப்பது உறுதி. வெளிச்சம் இல்லாததால், மறுநாள் காலையில் பார்த்துக் கொள்ளலாம் என்று இரவு தங்குமிடம், உணவு ஏற்பாடுகளைக் கவனிக்கச் சென்று விட்டேன்.

என்னதான் மணி சொல்லியிருந்தாலும், மிகத் தாமதமாகப் போவது இது போன்ற இடங்களில் எல்லோருக்கும் சங்கடத்தைக் கொடுக்கும் என்பதால், அங்கிருந்த வேலையாட்களைப் பார்த்து நான் வந்து விட்டேன் என்று சொல்லி, அவர்களுடன் சற்று நேரம் அளவளாவிக் கொண்டிருந்தேன். அதற்குள் கடுங்காப்பி சுடச் சுட வந்தது. அவர்களுக்கு ஒரே ஆச்சரியம், இப்படி ஒரு நகரத்து ஆசாமி இந்தக் காட்டில் இரண்டு இரவுகள் தங்க வந்திருக்கிறாரே என்று. பரஸ்பரம் குசலம் விசாரித்த பின்பு எனது அறையைக் காட்டினர். ஒரு பாய், அதன் கீழும் மேலும் சாக்குகள் (குளிர்

ஏறாமல் இருக்க!), பின் இரு கம்பளிகள், (போர்த்திக்கொள்ள). சாப்பாடு எப்போதும் போல, சோறும், குழம்பும்! பேசிக் கொண்டிருக்கும் போது, மணியின் உயர்ந்த பண்புகள் தெரிந்தன. அங்குள்ள எல்லா ஊழியர்களின் மருத்துவச் சிகிச்சை முழுவதும் மணியால் தரப்படுகிறது; குழந்தைகளின் படிப்புச் செலவுக்கு பணம் மற்றும் உதவிகள் செய்யப்படுகிறது; வருடத்திற்கு இரண்டு மாதச் சம்பளத்துடன் விடுப்பு தரப்படுகிறது. இப்படி மற்ற எந்தத் தோட்டத் தொழிலாளியும் பெறாத ஆனால் பெறத் தக்க சலுகைகள் இவர்களுக்கு இயல்பாகவே கிடைக்கின்றன என்றறிந்து நான் மகிழ்ந்தேன். ஓர் ஆதர்ச முதலாளியாக மணி இருப்பதைக் கண்டு பெருமைப்பட்டேன். மற்ற தோட்டங்களை நோக்கும் போது இங்கு ஏன் தொழிலாளர்கள் மாறுவதில்லை என்ற உண்மையும் புலப்பட்டது. உண்மையில் ஒரு சிறந்த மனிதாபிமானம் மிக்க மனிதரின் தோட்டத்தில் தங்கியது எனக்குப் பெரும் நிறைவைத் தந்தது. இப்படி எல்லா முதலாளிகளும் இருந்து விட்டால், சண்டை ஏது, சச்சரவு ஏது?

நல்ல உறக்கத்திற்குப் பின், காலையில் சூடான கடுங்காப்பி குடித்துவிட்டு, ஒதுக்குப்புறத்தில் காலைக் கடனைக் கழித்து விட்டு (சுற்றுமுற்றும் கவனமாகப் பார்த்துக் கொண்டேதான்!) தகைவிலான் குருவிக் கூடு இருந்த இடிந்த வீட்டை நோக்கிப் போனேன். இப்போது நல்ல வெளிச்சம் வந்து விட்டதால், அதன் நிறம், மற்ற குறிகள் போன்றவற்றைக் காண முடிந்தது. அது நீலகிரி வீட்டுத் தகைவிலான் என்பது தெளிவானது. இப்போது அதை மலைத் தகைவிலான் என்கின்றனர். தனது எச்சிலையும் மண்ணையும் குழைத்து இரு சுவர் சேரும் இடத்தில் கோப்பை அல்லது கிண்ணம் போன்ற கூட்டை இரு சுவரிலும் நிற்பது போல் கட்டும். அதனுள் இறகுகள், பாசி போன்றவற்றை இட்டு மிருதுவாக ஆக்கிய பின் முட்டைகளை இடும். சில சமயங்களில் சுவற்றின் மூலையில் அல்லது உத்திரத்தில் கூடக் கட்டும். மிகப் பிரமிக்கத்தக்க வகையில் அந்தக் கூட்டின் வலிமை மற்றும் சமநிலை இருக்கும்.

இத்தனைச் சிறிய பறவை எப்படி அந்தக் கூட்டின் விளிம்பில் உட்கார்ந்து குஞ்சுக்கு இரை கொடுக்கிறது என்று பார்க்கும்போது ஆச்சரியப்படாமல் இருக்க முடியாது. அடைகாக்கும்போது இன்னும் பேராச்சரியமாக இருக்கும். காரணம், மிகச் சிறிய கால்களால் பிடித்து எழ முடியாது. அப்படியே மேலெழும்பிப் பறக்க வேண்டும்! வந்து அமரும் போதும் அப்படித்தான்! அந்தக்

கூட்டில் இரண்டு குஞ்சுகள் இருந்தன! என்னுடைய அண்மை அவற்றை எந்த விதத்திலும் பாதிக்கவில்லை! வெகு காலமாகத் தொழிலாளர்கள் இடையே வாழ்ந்து பழகி விட்டதால், மனித நடமாட்டம் பெரிய அளவில் அவற்றைப் பாதிக்கவில்லை. மிகப் பழைய நிகழ்வு என்பதோடு, அந்தக் காலகட்டத்தில் என்னிடம் நல்ல நிழல் படக்கருவி இருக்கவில்லை. நினைவின் நிழலாக இருக்கின்றது! அன்று முழுவதும் அவற்றுடன்தான் வாசம்! இடையிடையே உணவுக்கு மட்டும் போய் வந்தேன்; சுற்றிலும் உள்ள இயற்கையை அவ்வப்போது ரசித்தேன்.

சுறுசுறுப்பான அவற்றின் இரை தேடிக் குஞ்சுகளைக் கவனிக்கும் ஓயாத ஓட்டம், ஆணும் பெண்ணும் இணைந்து குடும்பப் பொறுப்புகளைக் கவனிக்கும் பாங்கு, இரவில் குஞ்சுகளுக்குக் கூட்டில் இடமளித்து, அவை வெளியில் உத்திரத்தில் உறங்கும் அழகு, குஞ்சுகளின் ஓயாத பசிக்குரல், விர்ரென்று அவை கட்டடங்களுக்கிடையில் பறக்கும் திறமை, இவை யெல்லாவற்றையும் கண்டு நேரம் போவது தெரியாமல் உலவிக் கொண்டிருந்தேன்! இன்றும் அந்த நாள் ஒரு மறக்க இயலாத நாட்களில் ஒன்று. தகைவிலான்களின் சுறுசுறுப்பு, ஓயாத ஓட்டம், கூட்டின் கலைநயம், கட்டுமான நேர்த்தி, பெற்றோர் கவனிப்பு, கடமை உணர்வு என்று எல்லாவற்றிலும் பாடம் படித்த நாள் அது! ஆயினும், அன்று மாலை எனது கூட்டிற்கு (வீட்டுக்கு) திரும்ப வேண்டிய நிலை! அரை மனதோடு நான் மஞ்சூர் திரும்பினேன். இரவு கனவில் தகைவிலான்கள் தொல்லை கொடுத்தது என்னவோ உண்மைதான், ஆனால், சுகமான துன்பம் அது!

17. வெம்புகரிக்கு ஆயிரம்தான் வேண்டுமே

களப்பணியில் நானும் நண்பர்கள் ஸ்ரீதர் மற்றும் அபிஷேக் மூவரும் டாப்ஸ்லிப் சென்று பின்னர் முதுமலைக்கு வந்து கொண்டிருந்தோம். ஊட்டி வழி நெடுக மலையேற்றம் இருப்பதால், பண்ணாரி வழியாக சாமராஜ நகரா, குண்டல்பேட், பண்டிபூர் மார்க்கமாகப் போவது என்று முடிவு செய்து வந்து கொண்டு இருந்தோம். மற்றொரு காரணம், இந்த வழி மிகுதியான காட்டுப் பகுதிகளின் ஊடே வருவதால், வன உயிரினங்களைப் பார்க்கக் கூடிய வாய்ப்புகள் அதிகம் என்பதும்தான்.

எப்போதும் திம்பம் மலைப் பாதையில், புழிஞ்சுர் வரையில் உள்ள பகுதியில் யானைகளைப் பார்ப்பது ஒரு சாதாரணச் சமாச்சாரம். ஆனால், அன்று அந்தப் பகுதியில் அவற்றின் நடமாட்டம் இல்லை. இனி, பண்டிபூர் அருகில்தான் வாய்ப்பு. அதே போல, பண்டிபூர் நுழைவு வாயிலைத் தாண்டி சாலைகள் பிரியும் இடத்தில் ஓர் அருமையான கொம்பன் யானையைப் பார்த்தோம். நல்ல திடகாத்திரமான வாலிபப் பருவ ஆண் யானை! நீண்ட உறுதியான கொம்புகள் அல்லது தந்தங்கள். சாலையை ஒட்டிய காட்டில் விறுவிறு என்று நடந்து மறைந்தது. அது போன்ற நீண்ட உறுதியான தந்தங்களைக் காண்பது அரிது. எனக்கோ அது இப்படிச் சாலையை ஒட்டி உலவுகிறதே என்று கவலை! ஏனெனில், போகும் எல்லோரும் இப்படி ரசித்துக்கொண்டு மட்டுமா போவார்கள்? எத்தனை கண்கள் வேறு விதமாகப்

பார்த்தனவோ, யார் கண்டது? ஆனால் அந்தக் காட்சி பெரும் மகிழ்வைத் தந்தது.

இரண்டு தினங்கள் கழித்து, அதே வழியில் திரும்பும் போது, அதே இடத்தில் கண்கள் அனிச்சையாகக் காட்டின் இரு புறமும் நோட்டம் விட்டன. என்ன ஆச்சரியம், அதே கொம்பன் அதே நடையில் எங்களுக்குத் தரிசனம் தந்து மறைந்தான்! இந்தச் சுற்றுவட்டாரம் அவனது நிலப்பகுதி போல! நாங்கள்தான் அத்துமீறி நுழைந்து விட்டோம் போல! ஆயினும், மிகுந்த மகிழ்வோடு நாங்கள் பயணத்தைத் தொடர்ந்தோம். அடுத்த நூறு மீட்டரில், இடது புறம் நான்கு யானைகள் சாலையை ஒட்டியே மேய்ந்து கொண்டிருந்தன. முன்னும் பின்னும் வண்டிகள் சென்ற வண்ணம் இருந்தன; சில வெகு அருகில் கூடச் சென்றன. ஆயினும், அவை சட்டை செய்யாமல் மேய்ந்து கொண்டிருந்தன. முறம் போன்ற காதுகள் இடைவிடாமல் விசிறிக் கொண்டிருந்தன. எனவே, அவை மிகுந்த அமைதியான மனநிலையில் இருந்தன என்று ஊகிக்க முடிந்தது. ஆகவே, சற்று முன்னே சென்று ஒரு சில படங்களை எடுத்தோம். எங்களைப் பார்த்து எல்லோரும் நின்று விட்டால் என்ன செய்வது என்ற கவலை வேறு! அதனால், யானைகள் பதற்றம் அடைந்து விரட்டினால் என்ன செய்வது என்ற கவலை வேறு! மேலும், அவற்றைத் தொந்தரவு செய்யும் அளவு நிற்பதும் சரியல்ல என்ற நல்லெண்ணமும் சேர்ந்து கொண்டது. ஆகவே, வண்டியை எடுத்தோம்.

எதேச்சையாக வலது புறம் பார்த்த போது, சாலையின் வலது மருங்கில், இரண்டு பேர் நடந்து சென்று கொண்டிருந்தனர்! வனத்துறை ஊழியர்கள் இல்லை என்பது தெளிவாகத் தெரிந்தது. ஏனெனில், சீருடை இல்லை. நகரவாசிகள் போல, கால்சராயின் உள் செருகிய மேல்சட்டை, காலில் ஷூக்கள், கையில் கோப்புகள் என வியாபாரக் கூட்டத்திற்குப் போகிறவர்கள் போல இருந்தனர்! யானைகள் இடது புறம், அவர்களுக்கு எதிரில், ஒரு 30 மீட்டர் தொலைவில் மேய்ந்து கொண்டிருந்தன. என்னால் என் கண்களை நம்ப இயலவில்லை! இப்படிப் பயமில்லாமல் ஒரு மனிதனா? அபிஷேக் என்னை விடக் கவலை ஆனார்! உடனே வண்டியை நிறுத்தி விசாரித்தோம், 'ஏன் இப்படி யானைக்காட்டில் நடந்து போகிறீர்கள்?' என்று. எந்தப் பதட்டமும் இல்லாமல், 'வண்டி ரிப்பேர் ஆகி விட்டது. நுழைவாயில் ஒரு கிலோமீட்டர்தான். ஆகவே நடந்து போகலாம் என்று போகிறோம். அங்கே போய் உதவி கேட்கலாம் என்றிருக்கிறோம்' என்றனர்!

யானைக் காட்டில் அது போல நடந்து போவது தற்கொலைக்குச் சமம் என்று புரிய வைக்க நான் படாதபாடு பட்டேன்! நுழைவாயில் ஒரு கிலோமீட்டர்தான். ஆகவே ஒன்றும் ஆகாது என்ற வியாக்கியானம் வேறு! பின் நாங்கள் எல்லோரும் அவர்களைச் சம்மதிக்க வைப்பதற்கு மிகவும் சிரமப்பட்டோம். இத்தனையும் யானைகள் ஒரு 100 மீட்டர் தொலைவில் இருக்கும் போது! ஒரு வழியாக எங்கள் வண்டியில் வருகிறோம் என்று ஒப்புக் கொண்ட பின், எங்களுடைய உடமைகள் காரில் இருக்கின்றன, எடுத்துக் கொண்டு வருகிறோம் என்று மீண்டும் காரை நோக்கிச் சென்றனர்! அது யானைகள் உள்ள இடத்திற்கு நேர் எதிரே ஒரு 30 மீட்டர் தொலைவில்! உண்மையில், அவர்களுக்கு நிலைமை புரிந்ததா என்று தெரியவில்லை! நான் அபிஷேக்கை வண்டியைச் சற்றுப் பின்னோக்கி ஓட்டச் சொன்னேன். ஏனெனில், யானைகள் துரத்தி ஓடி வந்தால், ஏற்றிக் கொள்ள ஏதுவாக இருக்கும் என்ற காரணத்தால்! நல்ல வேளையாக, எந்த அசம்பாவிதமும் இல்லாமல், கைப்பைகளை எடுத்துக் கொண்டு திரும்பி வந்து எங்கள் வண்டியில் ஏறிக் கொண்டனர். பின் நுழைவாயிலில் அவர்களை இறக்கி விட்ட பின் நாங்கள் எங்கள் பயணத்தைத் தொடர்ந்தோம். அவர்களது நல்ல நேரம், யானைகளுக்கு அவ்வளவு அருகில் அவர்கள்

இத்தனை நடவடிக்கைகள் செய்தும், எந்தப் பிரச்னையும் வரவில்லை. யானைகளின் மனநிலை மிகவும் சாந்தமாக இருந்ததுதான் காரணம்.

யானைகள் எப்போதும் சாந்தமான சுபாவம் கொண்டவைதான் என்றாலும், சில நேரங்களில் அவை மோசமாக நடந்து கொள்ளும். சாந்தமானவை என்பதற்குக் கடந்த சில வாரங்களுக்கு முன் வாட்ஸ் அப்பில் வலம் வந்த ஒரு சில வீடியோக்களே சான்று. அதில் ஒரு மனிதர் காரில் இருந்து இறங்கி, சாலையோரம் மேய்ந்து கொண்டிருக்கும் யானையின் முன் நின்று கும்பிட்டு, மண்ணை எடுத்து நெற்றியில் பூசிக் கொண்டு, பின் யானையின் முன் கீழே விழுந்து கும்பிட்ட பின்னர் சாவகாசமாக நடந்து வந்து காரில் ஏறிப் போனார்! யானைதான் அவரைப் பார்த்துப் பயந்தது போலத் தோன்றியது! இன்னொரு நிகழ்வில், சாலை நடுவே நின்று கொண்டிருக்கும் யானையைக் கடந்து போக ஒரு பைக் ஓட்டி, யானையின் எதிரே மண் பாதையில் இறங்கிப் போக முயலும்போது, யானையின் எதிரிலேயே கீழே விழுந்து விடுவார்! பின் எழுந்து ஓடித் தப்பிப்பார்! யானை அப்படியே எல்லாவற்றையும் பார்த்துக் கொண்டு அசையாமல் நிற்கும்! பல முறை யானைகளை நேருக்கு நேர் நான் எனது கழுகுகள் ஆய்வின் போது கண்டதுண்டு. அவை அப்படியே நின்று விடும் அல்லது நாம் போவதற்கு வழி விடும். ஆயினும், எப்போதும் இப்படித்தான் நடக்கும் என்று சொல்ல முடியாது. அங்குதான் பிரச்னை.

உதாரணமாக, மூணாறில் படையப்பா என்கிற கொம்பன் மிகப் பிரசித்தம். கடைவீதி, தெருக்கள், மார்க்கெட் என்று எல்லா இடங்களிலும் புகுந்து புறப்பட்டு வரும் காட்டு யானை. ஆனால், மனிதர்களின் சகவாசத்திற்குப் பழகி விட்டது. அங்குள்ள மக்களும் அதனுடன் வாழக் கற்றுக் கொண்டு விட்டார்கள். யாரும் 'யானையின் சல்லியம்' (தொந்தரவு) என்று புகார் கொடுப்பதில்லை! மாறாக, 'பாவம் ஈ கொம்பன்' என்று ஆதரவாக இருக்கின்றனர்! இன்று வரை ஒரு சில நேரங்களில் ஏற்பட்ட பொருள் சேதம் தவிர, வேறு எந்தப் பிரச்னையும் இல்லை. அதே போலக் கடந்த இரண்டு வருடங்களுக்கு முன் வரை, மசினகுடி வாழைத்தோட்டம் பகுதியில் ரிவால்டோ என்ற யானை சுற்றித் திரிந்து கொண்டிருந்தது. காட்டு யானை என்றாலும், தும்பிக்கையில் ஏற்பட்ட காயத்தால், ஊர்ப்புறமே உணவு தேடித்

திரிந்து கொண்டிருந்தது. மக்களும் அன்புடன் ஆதரித்து வந்தனர். கோவை அனுவாவி மற்றும் மருதமலைக் கோயில்களைச் சுற்றி உள்ள காடுகளில் இருந்து யானைகள் கோயிலின் அருகிலும், அடுத்தும் வருவதும், காணப்படுவதும் சாதாரண நிகழ்வு. பெரும்பாலான நேரங்களில், யானைகள் இருப்பது தெரியாமல் போயிருப்பார்கள்! இப்படி அவை மிகுந்த பொறுமையும் அமைதியும் கொண்டவைதான்.

ஆனால், சில நேரங்களில், மிகவும் கோபம் அடைந்து விடுவதும், தவிர்க்க முடியாத நிலைதான். கோயில் யானைகள், கொல்லும் யானைகளாக மாறுவதும் உண்டு. காட்டு யானைகள் ஆடு மாடு மேய்ப்பவர்களைக் கொன்ற கதைகளும் உண்டு. சமீபத்தில் வன உயிரினக் கல்லூரியில் (சேகான், கோவை) நிகழ்ந்தது போல, ஒரு முகாந்திரமும் (நம்மைப் பொறுத்தவரை) இல்லாமல், ஓர் இளநிலை விஞ்ஞானியைக் கொன்ற சம்பவமும் உண்டு. இத்தனைக்கும் இவர்கள் யானையிடம் இருந்து தொலைவில் நின்றவர்கள். நம் நண்பர்களைப் போல 30 மீட்டர் தொலைவில் அல்ல! எனவே, விலங்குகளின் மன நிலை ஒரு முக்கிய காரணம் என்று தெரிகிறது. அதனால், நாம் போதுமான தொலைவில், அதாவது விரட்டினால் தப்பிக்கக் கூடிய இடத்தில், இருக்க வேண்டும். நீதி வெண்பா என்ற அருமையான நூலில் சொன்னபடி இருந்தால் பிரச்னையே இல்லை!

> கொம்புளதற்கு ஐந்து குதிரைக்குப் பத்துமுழம்
> வெம்புகரிக்கு ஆயிரம்தான் வேண்டுமே – வம்புசெறி
> தீங்கினர்தம் கண்ணில் தெரியாத தூரத்து
> நீங்குவதே நல்ல நெறி. (பாடல் 20, நீதி வெண்பா)

இது தீயோர் சேர்க்கை பற்றி என்றாலும், சில விலங்குகளை எத்தனை தூரத்தில் வைக்க வேண்டும் என்பதும் சொல்லப்பட்டிருப்பது விசேஷம்தானே! நான் அவர்களிடத்தில் சொன்னது போல, தீமையிலும் நன்மை, அவர்கள் யானைகளால் தாக்கப்படாமல் போனதுதான்! இன்றும் அவர்களது நல்ல நேரத்தையும் அதிர்ஷ்டத்தையும் எண்ணி நான் வியப்பேன்!

18. கீசுகீசென்றெங்கும் ஆனைச்சாத்தன் கலந்து பேசின பேச்சரவம்

கடந்த ஒரு வாரமாகத்தான் இவனை (எனது வசதிக்கு ஆணாக்கி விட்டேன். பெண்ணாகவும் இருக்கலாம். ஏனெனில், சில பறவை இனங்களில் ஆண், பெண் வித்தியாசம் கடினம்.) நான் எனது வீட்டு மின் கம்பி மேல் அமர்ந்திருப்பதைப் பார்க்கிறேன். இதற்கு முன்னால் பார்த்ததாக நினைவில்லை. எங்கிருந்து வந்தான் என்றும் தெரியவில்லை. ஆனால், அவ்வப்போது எங்காவது அலைந்து திரிந்து விட்டு வருவான். அதிகாலை மற்றும் அந்தி நேரத்தில் கட்டாயம் படுக்கை அறை ஜன்னல் எதிரே செல்லும் மின் கம்பி மேல் அமர்ந்திருப்பான். பெரும்பாலான காலை நேர அலாரம் இவனாகத்தான் இருப்பான்! ஆண்டாள் பாசுரத்தில் சொன்னது போல, 'கீசுகீசென்றெங்கும் ஆனைச்சாத்தன் கலந்து பேசின பேச்சரவம் கேட்டிலையோ? பேய்ப்பெண்ணே!' என்பது தான் நினைவுக்கு வரும்! பேய்ப்பெண்ணிற்குப் பதிலாக பேய் ஆணாக நான்! ஏனடா இப்படித் தூங்கித் தூங்கி வீணாகப் போகிறாய் என்று தினமும் திட்டித் தீர்க்கும்! நமக்கு விடிவதே ஏழு மணிக்கு மேல் தானே! கலியமூர்த்தி கேட்டால், நம்மை எல்லாம் எருமை என்று சொல்லி விடுவார்!

இப்படி இந்தக் கரிக்குருவி (சாதாரண மனிதர்கள் பாஷையில்) அதிகாலையில் என்னைத் துயிலெழுப்புவதில் கடந்த ஒரு மாதமாக கன ஜோராக ஈடுபட்டிருக்கிறது. எப்படித்தான் இரவு

பத்து மணி வரை தெரு விளக்கு ஒளியில் வேட்டையாடிவிட்டு, அதிகாலை நான்கு மணிக்குக் கச்சிதமாக வந்து விடுகிறது என்று எனக்குப் புரிவதே இல்லை! இப்போது நல்ல எல்.ஈ.டி விளக்குகள் போட்டிருப்பது இவனைப் போன்றவர்களுக்குத்தான் என்று தோன்றுகிறது! இரவில் வரும் விட்டில்கள் மற்றும் இதர பூச்சிகளை வேட்டையாட இந்த வகை விளக்குகள் மிகவும் தோதாக உள்ள காரணத்தால், இவற்றின் வேட்டை நேரமும் அதிகரித்து விட்டன! ஐடி ஊழியர்கள் இரவு ஷிப்ட் செய்வதுபோல இவனும் தொடங்கி விட்டான்! இவனுடைய சிர்கேடியன் ரிதம் என்ன ஆகும் என்று இனிமேல் தான் தெரிய வரும்! ஒரு வேளை இவனும் என்னைப் போல் எருமையாகி ஏழு மணிக்கு எழுந்திருப்பானோ? தெரியவில்லை!

Black Drongo – தமிழில் சாதாரணமாக அறியப்படும் பெயர் கரிக்குருவி, கரிச்சான் அல்லது ரெட்டைவால் குருவி (வால் பிளவுபட்டு இரண்டு நுனி இருப்பதால்). பழைய இலக்கியங்களில் காரி என்ற பெயர் காணப்படுகிறது. ஹிந்தியில் கொத்வால் (kotwal) என்று சொல்கிறார்கள். அதாவது போலீஸ்காரன் என்ற அர்த்தத்தில். என் கணக்கில் அது மிகச் சரியான விவரிப்பு! ஏனெனில், போலீஸ்காரன் போல, சுற்றுவட்டாரத்தில் உள்ள எல்லாப் பறவைகளையும் கண்காணிப்பதுடன், எந்த ஓர் அத்துமீறலும் நடக்க விடாது! அதன் எல்லைக்குள் பருந்து போன்ற பெரிய பறவைகள் கூட வருவதற்குப் பலதரம் யோசிக்கும்! அந்த அளவிற்கு அவற்றை விரட்டி அடிக்கும் திறன் கொண்டவை கரிச்சான்கள்.

நல்ல கருநீல உடலும் வாலும் கொண்ட சிறிய பறவை. ஆணும் பெண்ணும் களத்தில் பிரித்தறிய இயலாத வகையில், ஒரே போலக் காணும். சிவந்த கண்கள்; ஒரு வெண் பொட்டு வாயடியில் காணும். வேலிக் கற்கள், மின்கம்பிகள், மற்றும் சுற்றுவட்டாரத்தை நோட்டம் விட லாயக்கான ஓர் இடத்தில்

அமர்ந்திருக்கும். பல சமயங்களில், ஆடு மாடுகளின் மேல் சவாரி செய்து கொண்டு போகும்! அங்கிருந்து, கீழே ஊர்ந்து அல்லது அசையும் புழு, பூச்சிகளைப் பட்டென்று பறந்து பிடித்து உண்ணும். எப்போதும் கீச் கீச் என்று கடூரமான ஒலி எழுப்பிக் கொண்டிருக்கும். அது போக, நல்ல விகடம் (பல குரலில் பாடக் கூடியது) செய்யும் பறவை. ஷிக்ராவைப் போலக் குரலெழுப்பி, மற்றப் பறவைகளைப் பயமுறுத்தும்; தையல் சிட்டு போலப் பாடி மகிழும். காடுகளிலோ, நாட்டிலோ இவை இருக்குமிடத்தில், நாம் ஏமாறுவது நிச்சயம்! ஷிக்ரா இருக்கிறதோ என்று பார்த்தால், இவன் தான் இருப்பான்!

நானும் அருந்தவச்செல்வன் அவர்களும் ஒரு முறை கூந்தகுளத்தில் நெடுங்கால் உள்ளான் (Black Winged Stilt) மற்றும் மயில் உள்ளான்களின் (Painted Snipe) கூடுகளைக் காணச் சென்றிருந்தோம். நண்பர் பால்பாண்டி அந்த ஊர்க்காரர் என்பதோடு, பறவைகளின் பாதுகாவலர் மற்றும் அவற்றின் நடத்தைகளை நன்கறிந்த ஓர் அற்புதமான பறவையியலாளர். முறையான ஏட்டுப் படிப்பு இல்லை என்பதைத் தவிர, அவரது இயற்பியல் அறிவு போற்றத்தக்கது. அவர் அந்தக் கூடுகள் எங்கிருக்கின்றன என்று கண்டுபிடித்து வைத்திருந்தார். நாங்கள் அருந்தவச்செல்வன் அவர்களின் டொயோடொ ட்ரூப்பர் என்ற வாகனத்தில் சென்றிருந்தோம். ஏனெனில், அருந்தவச்செல்வன் தமிழகத்தின் சிறந்த புகைப்பட நிபுணர்களில் ஒருவர். ஆதலால், பலவித கேமரா உபகரணங்களுடன் வருவார். அதற்கேற்ற வண்டி வேண்டும். இந்த வண்டி அதற்கேற்றது. நாங்கள் குளத்தை ஒட்டிய தரிசு நிலத்தில் இஷ்டம் போல ஓட்டாமல், மாட்டு வண்டிகள் அல்லது டிராக்டர் சென்ற தடங்களிலேயே சென்றோம். இல்லையென்றால், வெறும் (நிலத்தில்) தரையில் கூடு வைக்கும் ஆள்காட்டிகளை (Lapwing) போன்ற பறவைகள் பாதிக்கப்படும். நாங்கள் தேடிச் சென்ற கூடுகளும் சீமைக் கருவேல மரத்தின் வேர்ப் பகுதியில்தான், தரையிலேயே அமைந்திருந்தன. அது குறித்து வேறொரு சமயம் பேசுவோம்!

போகும் பாதையில், ஒரு நாட்டுக் கருவேல மரத்தின் கிளை வண்டிக்கு இடையூறாக நீட்டிக் கொண்டிருந்தது. அதாவது, அந்தக் கிளை பாதையின் மேல் கவிந்து கிடந்தது. அதன் நுனியில் ஒரு கூடும், குஞ்சுகளும் இருந்தன. இப்படித் திறந்த கோலத்தில் யாரடா கூடு வைத்துள்ளனர் என்று வண்டியை நிறுத்திப்

பார்த்தோம். நம்ம கரிச்சான் தான் இப்படிப் பிந்தாசாக (அலட்சியமாக) கூடு வைத்திருக்கிறான்! கீச் கீச் என்று கடூரமான ஒலி எழுப்பிக் கொண்டு எங்கள் தலை மேல் பறக்கத் தொடங்கினான்! நாங்கள் இருவரும் வழுக்கைத் தலையர்கள்; எனவே அவனுடைய ஒரு கொட்டைக் கூடத் தாங்க முடியாது! நல்ல வேளையாக, நாங்கள் சற்றுத் தூரத்திலேயே நின்று விட்டதால், கூட்டில் போய் அமர்ந்து கொண்டு எங்களைக் கண்டபடி திட்டிக் கொண்டிருந்தான்! என்ன ஆச்சரியம், அதே மரத்தின் உள்ளே இரண்டு புள்ளிப் புறாக்கள் மற்றும் புல்புல்கள் கூடு வைத்திருந்தன! அந்தச் சுற்றுவட்டத்தில், வேறெந்த மரத்திலும் இப்படிக் கூடுகள் நிறைந்திருக்க வில்லை! கரிச்சானின் ஆதரவு அப்படிப்பட்டது என்றல்ல, அந்தப் பகுதிக்கே ஒரு வேட்டையாடிப் பறவை கூட வராது என்பதுதான் முக்கிய காரணம்! யாரால் கரிச்சானுடன் மல்லுக்கட்ட முடியும்? சிவந்த விழிகளின் உக்கிரமும், பாய்ந்து அடிக்கும் வீரமும், வசவுகளும், சுழன்று போரிடும் குணமும் கரிச்சானை ஓர் உன்னத வீரனாக ஆக்கி உள்ளது. எப்படி நம்பியார் வந்தால் வில்லன் தான் என்று புரிகிறதோ, அதுபோலக் கரிச்சான் என்றால் விலகு என்று பொருள்! அதனால்தான், ஹிந்தியில் இவன் கொத்வால்!

சாலிம் அலி இவற்றைக் குறித்து எழுதும் போது சொல்வதாவது: 'A pair will fearlessly attack and put to flight large birds like crows and raptors, blundering within the precincts of the nest&tree with angry war&cries and much ferocity, the pair maneuvering in concert, shooting straight into the intruder from below and the sides, diving at intruder from above and describing circles round it–like fighter planes tackling a heavy bomber– leaving the outraged visitor nonplussed and defenseless while making a hasty getaway.' உண்மையில் மிகவும் அனுபவித்தால்தான், இது போல எழுத முடியும்! அதற்கு மேல், நல்ல கூர் நோக்குப் பார்வையும் வேண்டும்!

அதே போல, பரலியில் நீர்மின் நிலையப் பகுதிகளில் உள்ள காடுகளில், இந்தக் கரிச்சான் மற்றும் இவனது பங்காளிகள் வெண்வயிற்றுக் கரிச்சான், சுருள் வால் கரிச்சான், சாம்பல்கரிச்சான் போன்றோருடன் இவன் கொட்டமடிப்பான். அந்தக் காடுகளில் இவர்களது விகடம், குரல் மாற்று வேலை, சண்டை சச்சரவுகள் அதிகம். ஆனால், வெகு எளிதாகக் கரிச்சான்

இனங்களில் உள்ள மூன்று நான்கு வகைகளை இனம் பிரித்தறியலாம். அங்குள்ள பழைய குடியிருப்புகளை அடுத்த காடுகளில் இவை நல்ல எண்ணிக்கையில் காணப்படும்.

ஒரு முறை தேக்கடியில் நிலா அந்துப் பூச்சியை ரசித்துக் கொண்டிருக்கும் போது, அங்கு வந்த ராக்கட் வால் கரிச்சான் (நமது நாட்டுக் கரிச்சானின் அண்ணன்) அதைக் கொத்திக் கொண்டு போனது. நிலா அந்துப் பூச்சி மிக அழகான இளம்பச்சை நிறத்தில் நீண்ட வாலுடன் கூடியது. இப்படிப் பல பூச்சிகளைக் கபளீகரம் செய்வதால், கரிச்சான்கள் விவசாயிகளுக்கு நன்மை செய்வன என்று அறியப்படும். பயிர்களை நாசம் செய்யும் பூச்சிகளைக் கட்டுப்படுத்துவதில் திறமைசாலிகள். ஆயினும், நாகரீக உலகில் பூச்சிக்கொல்லி மருந்துகள் காரணமாகவும், வாழிட அழிப்பு காரணமாகவும் (திறந்த வெளிகள் குறைந்து போவதால்) இவற்றின் எண்ணிக்கை குறையத் தொடங்கியுள்ளது. எது எப்படியோ, தற்போது இவன் எனக்கு நல்ல தோழனாக இருக்கிறான்; அதிகாலை மற்றும் அந்தியில் தனது சேட்டைகளால் என்னை மகிழ்விக்கிறான். எதிர் வீட்டுக் காலி இடம் கட்டடம் ஆகாத வரை, இந்தப் பந்தம் தொடரும்! அதன் பின் என்ன ஆகும் என்று யோசிப்பதில் பயனில்லை. ஏனெனில், வாழ்க்கையே ஒரு புதிர்தானே!

19. அத்தியும் இருவாட்சியும்

சில நேரங்களில், நாம் எதிர்பார்த்ததுபோல எல்லாம் நடப்பது இல்லை என்பதை வாழ்க்கை உணர்த்தும். பல வகையில் திட்டமிட்டும், அதே போல நடப்பது இல்லை என்றாலும் சில சமயங்களில் நாம் எதிர்பார்ப்பதை விட நேர்த்தியாகச் சம்பவங்கள் நடக்கும் என்பதை உணர்த்தும் ஒரு சம்பவம்தான் இது.

சாதாரணமாக, பெரும்பாலான வனத்துறை அதிகாரிகள் தங்கள் களப்பணி வேலைகளில் இயற்கை ஆர்வலர்களை இணைத்துக்கொள்வது அபூர்வம். வெகு குறைவான மற்றும் திறந்த மனம் உடையோர் மட்டுமே அதுபோலச் செய்வர். அந்த வகையில், திரு. அன்வர்தீன் சற்று வித்தியாசமானவர். நேரமும் நோக்கமும் ஒத்து வந்தால், என் போன்ற ஆர்வலர்களை இணைத்துக் கொள்வார். இது அவர் கோயம்புத்தூர் வனக் கோட்டத்தின் அதிகாரியாக இருந்தபோது நிகழ்ந்த சம்பவம். காரமடை சரகம், கோயம்புத்தூர் வனக் கோட்டத்தின் ஒரு பகுதி. அங்குச் சமதளத் தரைக் காடுகள், இலையுதிர் காடுகள், ஆற்றோரக் காடுகள் காணப்படும். பவானி நதி, நீலகிரியின் வழியாக (குந்தாவில் இருந்து) பரலி, பில்லூர் வழியாக மேட்டுப் பாளையம் சென்றடையும். அங்கு புனல் மின் நிலையத்தின் இரண்டு உற்பத்தி நிலையங்கள் (பரலி, பில்லூர்) நிறுவப் பட்டுள்ளன. சுற்றிலும் அடர்ந்த காடு, அண்டை மாநிலமான கேரளத்துடன் இணையும் இடம் (முள்ளி). யானைகளின் வலசைப் பாதை இங்கிருந்து அட்டப்பாடி வரை நீண்டு கிடக்கும்.

நதி மற்றும் காடுகள், வன உயிரினங்களுக்கு ஓர் உயிர் நாடி. இந்த இடம்தான் இந்தக் கதைக்கான களம்!

முள்ளி மற்றும் சுற்றுவட்டாரங்களில் அவருக்குச் சில அலுவல் நிமித்தமான பணிகள் இருந்தன. அத்துடன், ஒரு பறவை நோக்கல் நிகழ்ச்சியையும் இணைத்துக் கொண்டு அவர் என்னையும் அழைத்துக் கொண்டு போனார். வழியில் காணும் பறவைகளை நான் அவருக்கு அறிமுகப்படுத்த வேண்டும்! எனது வேலை அதுதான்! காரமடைக்கு முன்பு வெள்ளியங்காட்டிற்குப் பிரியும் வழியில் சென்று மலைப் பாதையை அடைய வேண்டும். மலைப் பாதையில் ஒரு சில பழங்குடி கிராமங்களைக் கடந்து முள்ளி சென்று அங்குள்ள வன ஓய்வு விடுதியில் இரவு தங்கல். பின் மறுநாள் பில்லூர் வரை போவது என்று திட்டம். வெள்ளியங்காட்டை அடைந்தபோது மணி நான்கு. அங்கு சரகர், மற்றும் வனவர் வந்துசேர்ந்தபின் பயணம் தொடங்கியது. வனத்துறை வண்டி (ஜீப்) பழுதாகி விட்டதால், வெள்ளியங் காட்டில் உள்ள ஒரு வண்டியை ஏற்பாடு செய்து இருந்தனர். அந்த வண்டியை அதன் உரிமையாளரே ஓட்டி வருவது என்று ஏற்பாடு. ஏனெனில், அவர் திரும்பி வர வேண்டுமே!

மலைப் பாதையின் அடிவாரத்தில் உள்ள சில பழங்குடி கிராமங்களில் நடக்கும் பணிகளைப் பார்வையிட்டு, ஒரு தேநீர் குடித்த பின், மலை ஏறத் தொடங்கினோம். அப்போதே மணி ஐந்தே கால். மாலை மயங்கத் தொடங்கும் நேரம். வெள்ளியங்காட்டுத் தரைக் காடுகள் பொன்னொளியில் தகதகத்து மின்னின. முட்காடுகள்தான் என்றாலும், அவற்றின் அழகு அந்த ஒளியில் வேறு விதமாக ஒளிர்ந்தது! குண்டூர் அடையும்போது, இலையுதிர் காடுகள் வேறு தினுசில் அழகுடன் மிளிர்ந்தன. அங்கிருந்து அத்திக்கடவு சென்று பவானி நதிக்கரையோரம் சற்று நேரம் ஆற்றோரக் காடுகளைக் கண்டுகளித்துக் கொண்டிருந்தோம். அமைதியாக சலசலத்து ஓடும் பவானியின் அழகும், இரு மருங்கிலும் நெடிதுயர்ந்து நிற்கும் மத்தி மற்றும் மா மரங்களும் பெரும் மகிழ்வைத் தந்தன. அங்கு பெரும்பாலும் மலபார் கருப்பு வெள்ளை இருவாயன் அல்லது இருவாட்சியைக் காண வாய்ப்பு உள்ளது என்று சொல்லிக் கொண்டிருந்தேன். என்னுடைய நல்ல நேரம், இரண்டு மலபார் இருவாட்சிகள் பறந்து வந்து ஆற்றோர மரத்தில் அமர்ந்தன. மாவட்ட வன அலுவலர் மகிழ்ந்து போனார்! என்ன ஒரு கணிப்பு என்று

பாராட்டினார்! என்னுடைய பங்கு ஒன்றுமில்லை என்பதை உணர்த்தப் பெரும் பாடுபட்டேன்! இன்னும் நான்கு இருவாட்சிகள் வந்து அமர்ந்து அங்கிருந்த அத்தி மரத்தில் இருந்த பழங்களை ஒரு கை பார்த்தன.

அவை கருப்பு நிற மேல் உடலும் வெள்ளை அடிப்பாகமும் கொண்டு, இரண்டு அடுக்கு மஞ்சள் மூக்குடன் வெகு அழகாக இருக்கும். ஒரு வித மூக்கடைப்பு போன்ற ஒலி எழுப்பிக் கொண்டு பழங்கள், சிறு பிராணிகள் மற்றும் பல சிறு உயிரினங்களை உண்டு வாழும். இவற்றின் கூடுகள் பெரிய மரத்தின் உச்சியில் ஒரு பொந்தில் இருக்கும். இந்த நதிக்கரை ஓரம் உள்ள மரங்கள் இதற்குத் தோதானவை. மேலும், இந்தப் பகுதி பழங்காலம்தொட்டு இவற்றின் வாழிடமாக உள்ளது. புனல் மின் நிலையங்கள் இருப்பது பாதுகாப்பை உறுதிப்படுத்துவதால், இங்கு ஒரு நல்ல தொகுப்பாக அவை வாழ்கின்றன. இவற்றின் குஞ்சுகளைப் பராமரிக்கும் முறை, கூட்டில் பெண் பறவை அடைகாக்கும் முறை போன்றவை மிகவும் பிரபலம். வெகுவாக எழுதப்பட்ட விஷயம். நல்ல வீடியோக்கள் பல கிடைக்கும். அடைகாக்கும் காலத்தில், ஆண் பறவை படும் கஷ்டங்களைக் கண்டு எல்லோருமே பரிதாபப்படுவர்! அப்படிப் பறந்து பறந்து இணையையும், குஞ்சுகளையும் பராமரிக்கும்!

இயற்கையில் எல்லாப் படைப்புகளும் ஏதோவொரு பணியைச் செய்யப் படைக்கப்பட்டிருக்கும். அதற்கு உறுதுணையாக மற்ற

உயிரினங்கள் இருக்கும். பெரிய ஆற்றோர மரங்கள் வளர இருவாட்சிகள் உதவும்; பெரிய மரங்கள் ஆற்றின் போக்கைக் கட்டுப்படுத்தும்; அதனடியில் வளரும் புல் மற்றும் குறுஞ்செடிகள் மண் அரிப்பைத் தடுக்கும்; ஆறு மண் மற்றும் தாதுப் பொருள்களைக் கீழுள்ள ஊர்களுக்குக் கொண்டு சேர்க்கும். இப்படி ஒன்றுடன் ஒன்று பின்னிப் பிணைந்ததுதான் இயற்கையின் சுழற்சி. இதில் எங்காவது சங்கிலி அறுபட்டால், மொத்தச் சுழற்சியும் மாறுபடும்; விரும்பத்தகாத விளைவுகள் உண்டாகும். அப்படித்தான் இருவாட்சிகள் குறையும்போது, பெருமரங்கள் குறைந்தன; ஆற்று நீர் மாசுபட்டது அல்லது கீழ் உள்ள ஊர்களில் மணல் அதிகம் படியத் தொடங்கியது. முன் இருந்ததை விட இப்போது இருவாட்சிகள் குறைந்துவிட்டன என்பது கண்கூடு. அதற்கு ஆற்றோரம் பெரிய மரங்கள் வேண்டும். ஏனெனில், அவை கூடு வைக்க ஏற்ற மரங்கள் அவைதான். கூடுகளைக் குடைந்து வைக்கும் அளவில் சுற்றளவு கொண்ட மரங்கள் பெரும்பாலும் 60 அடி உயரமும் நன்கு பருத்தும் இருக்க வேண்டியது அவசியம். கூடுகள் 50 அடி உயரத்தில் பொந்து போல இருக்கும். நண்பர் அருந்தவச்செல்வன் இதைப் படமாக்கியதாக நினைவு.

அப்படி அமைந்த கூட்டில் முட்டைகளை இட்ட பின் பெண் உள்ளே அடை காக்கச் சென்று அமரும். வெளியே பொந்தில் ஒரு சிறிய பிளவு போன்ற இடைவெளியை (ஸ்லிட்) விட்டு விட்டு கூட்டை ஆண் பறவை அடைத்து விடும்! குஞ்சுகள் வளர்ந்து பெரிதாகும் வரை ஆண்தான் பெண்ணிற்கும் குஞ்சுகளுக்கும் இரை தேடிக் கொண்டு வர வேண்டும்! அந்தச் சிறிய பிளவு வழியேதான் ஊட்டி விடுதல், கூப்பிடுதல் எல்லாம்! பெண் கூட்டினுள் சேர்ந்த குப்பைகளை (கழிவு, மலம் போன்றவை) பொறுக்கி வெளியே எறியும்! கூட்டினைச் சுத்தமாக வைப்பதில் பறவைகளுக்கு இணை பறவைகளே! இந்தக் கழிவுகள் கிடப்பதை வைத்தே மற்ற வேட்டையாடிகள் கூட்டிற்குப் படை எடுக்கும்! அதாவது பாம்பு, கழுகுகள், மரநாய், வெருகு போன்றவை இந்தக் கழிவுகள் இருப்பதை வைத்து எந்த மரத்தில் கூடு இருக்கிறது என்று தெரிந்து கொள்ளும்! நாமும் எங்குக் கூடு இருக்கிறது என்று அறிந்து கொள்ளலாம்!

இப்படி ஆண் பறவை, கிட்டத்தட்ட 20 நாட்கள் உணவு ஊட்டியும், சேகரித்தும், கூட்டைப் பாதுகாத்தும், முடிவில்லாமல் பறந்து

பறந்தும் தளர்ந்து விடும்! நல்ல காலமாகப் பெண் பறவை, குஞ்சுகள் ஓரளவு வளர்ந்து விட்டதும், கூட்டை உடைத்துக் கொண்டு வெளியே வந்து விடும். குஞ்சுகள் வளர்ந்து பறக்கும் நிலை வர ஒரு மாதக் காலம் ஆகும். 20 நாட்களுக்குப் பின், ஆணும் பெண்ணும் சேர்ந்தே இரை தேடிக் கொண்டு வந்து குஞ்சுகளை வளர்க்கும். இந்த வகை வளர்க்கும் முறை, பெற்றோரின் தியாகம் மற்றும் கவனிப்புக்கு உதாரணமாகச் சொல்லப்படும்! குறிப்பிட்ட அத்தி மரப் பழங்களை உண்பதால், காட்டில் அத்தி மரங்கள் பரவ இவை பெரும் உதவியாக உள்ளன. குஞ்சுகளுக்கு பழங்களுடன், புரோட்டீன் நிறைந்த பூச்சிகள், பல்லிகள் போன்றவற்றையும் கொண்டு தரும். இவை பறக்கும் போது உண்டாகும் ஓசை, ஒரு சின்ன டகோட்டா விமானம் போவது போல இருக்கும்! காட்டுப் பெரு மரங்களின் காவலன் இருவாட்சிகள் என்றால் மிகையில்லை.

இருவாட்சிகளில் நான்கு வகை மேற்குத் தொடர்ச்சி மலைகளில் காணப்படுகின்றன. சாம்பல், மலபார், கருப்பு வெள்ளை மற்றும் இந்திய அல்லது பெரும் இருவாட்சிகள் தான் அவை. எல்லா வகைக் காடுகளிலும் அவை இருப்பதில்லை. அவற்றுக்கேற்ற மரங்கள் மற்றும் காடுகளில் தான் அவை காணப்படுகின்றன. அந்த வகையில், வெள்ளியங்காட்டில் இருந்து கெத்தை வரையிலான பழைய இயற்கைக் காடுகளில் அவை தற்போது இருக்கின்றன. சாதாரணமாக நாம் அந்த வழியில் போகும்போது அவற்றை பவானி நதிக்கரைக் காடுகளில் அல்லது அத்தி மரங்கள் அடர்ந்த பகுதிகளில் காணலாம். சில நேரங்களில் பெரும் இருவாட்சியும் கண்ணில் படும். அப்படித்தான், பில்லூர் பழங்குடியின சூழலியல் சுற்றுலாவைக் காணப் போனபோது முள்ளியில் பார்த்தேன். அத்தி மரங்கள் பழுக்கும் நேரம் அவற்றைக் கூட்டம் கூட்டமாகக் காணலாம். அத்தியும் இருவாட்சியும் ஒன்றுடன் ஒன்று பின்னிப் பிணைந்தவை!

20. செவிட்டு யானை

மாலை மயங்கும் நேரத்தில் அத்திக்கடவை விட்டுப் புறப்பட்டோம். இன்னும் ஒரு அரை மணி நேரப் பயணத்தில் முள்ளியை அடைந்துவிடலாம். பவானி ஆற்றின் மேலே இருக்கும் பாலத்தின் அருகே வேப்பமரத்தூர் செல்லும் ஒரு வழி பிரியும். அதன் வழியாகப் போனால், கேரளாவில் உள்ள அட்டப்பாடிக்கு அருகில் சென்றுவிடலாம். பாலத்தின் மறு கரையில், ஆற்றின் ஓரமாக ஓர் அழகான பரண் வீடு இருந்தது. அங்கிருந்து நீரருந்த வரும் விலங்குகளைப் பார்ப்பது வெகு ரம்மியமாக இருக்கும். ஆனால், அது பழுதடைந்து கிடந்தது வருத்தமளித்தது. அங்கிருந்து சாலை சற்று மேலே ஏறிச் செல்லும். சின்ன வாட்டமான உயர்வு என்றாலும், சற்று நிதானமாகவே செல்ல வேண்டும். ஏனெனில், திருப்பங்கள் கூர்மையானவை... திடீரென்று வரும். சாலையும் நல்ல அகலம் இருக்காது. ஒரு புறம் மலையின் தடுப்பு, மறுபுறம் பள்ளம் என்று ஓட்டுனருக்குச் சோதனையான குறுகிய மலைப்பாதை. அதில் ஜீப் நிதானமாக ஏறிக்கொண்டிருந்தது. முன்னிருக்கையில் ஓட்டுநர் அருகில் மாவட்ட வன அதிகாரி; அவர் பின்னே பின்னிருக்கையில் நான்; எனதருகே ஓட்டுநரின் பின்னே வனவர்; கடைசி இருக்கையில் இரண்டு வாச்சர்கள்.

ஒரு கொண்டை ஊசி வளைவைத் தாண்டி பள்ளமாக இருந்த பகுதியில் இருந்து மேடான பகுதிக்கு ஏறிக்கொண்டிருந்தோம். ஏற்றத்தின் முடிவில் ஒரு மறைவு வளைவு (blind curve) இருந்தது. மாவட்ட வன அதிகாரி தனது இடது கையை வெளியில் வைத்து ஹேண்டி காமில் இந்தப் பயணத்தை வீடியோ எடுத்துக்

கொண்டிருந்தார். நான் ஏதாவது வன உயிரினம் கண்ணில் படுகிறதா என்று பார்த்துக்கொண்டு வந்தேன். வளைவு வரை ஒன்றும் தென்படவில்லை; எந்த அறிகுறியும் இல்லை. 'யு' (க்) போன்ற அந்த வளைவில் சற்றுச் சிரமப்பட்டே திருப்பிய ஓட்டுநர், நேரே கண்ட காட்சியைக் கண்டு அதிர்ந்து போனார்! பத்தடி அகலம் மட்டும் உள்ள அந்தச் சாலையில், வெகு சாவதானமாக ஓர் ஒன்பது அடி உயரக் கொம்பன் யானை வந்து கொண்டிருந்தது! எனக்கு என் கண்களை நம்ப முடியவில்லை! அத்தனை ஆஜானுபாகுவான ஒரு கொம்பனைக் காண்பது அரிது என்பதோடு, அதன் நிதானம் வியக்க வைத்தது! ஓட்டுநர் ஆடிப்போனதோடு, அனிச்சையாக ஜீப் கதவையும் திறந்து விட்டார்! ஒரு வேளை, ஓடி விடலாம் என்று முடிவு செய்து விட்டாரோ? ஒன்றும் புரியவில்லை!

நல்ல வேளையாக, கூட இருந்த வனவர் தெளிவான சிந்தனையுடன் இருந்தார். நானும் அனாவசியமாக அலட்டிக் கொள்ளாமல் பின்னோக்கிச் செல்வதே சிறந்தது என்று கூறினேன். ஓட்டுநர் (வெள்ளியங்காடு கடை முதலாளி) 'என்னால் இனி ஓட்ட இயலாது' என்று கைவிரித்து விட்டார்! யானையோ நிற்பது போலத் தெரியவில்லை! தனது நிதான நடையில் மெதுவாக முன்னேறிக் கொண்டிருந்தது. முதலில் நாங்கள் பார்த்த போது யானை 150 மீட்டர் தொலைவில் சாலையை அடைத்துக்கொண்டு வந்த வண்ணம் இருந்தது. ஒரு சில நொடிகள் நின்று அவதானித்த பின் தற்போது 100 மீட்டர் தொலைவில் வந்து விட்டது! எங்களுக்கு நேரமில்லை என்பதோடு ஒதுங்க இடமும் இல்லை! யானைக்கும் அதேதான் பிரச்னை! சற்று விரைவாகச் செயல்பட வேண்டிய கட்டாயம்! நல்லவேளையாக, வனவருக்கு வண்டி ஓட்டத் தெரிந்திருந்ததுடன், சமயோசிதமாகச் செயல்படவும் முடிந்தது! அவர் கடைக்காரரை இறங்கி பின்னால் வரச் சொன்னார். சடுதியில் வனவர் இறங்கி, ஓட்டுநர் இடத்துக்கு மாறினார். மிக வேகமாக இந்த வேலை நடைபெற்றது, சுமார் 30 மணித்துளிகளில்! அதன் பின் ஜீப்பை மெதுவாக இயக்கி, பின்னோக்கிச் செலுத்தினார். அப்போது யானை சுமார் 50 மீட்டர் தொலைவில் வந்து விட்டது! அதே நேரம், நாங்கள் வேகமாகச் சரிவான சாலையில் கீழே இறங்கத் தொடங்கிவிட்டோம்.

கொம்பனோ நிற்பதாகத் தெரியவில்லை! மேட்டில் இருந்த வளைவுக்கு அருகில் வந்து நின்று நோக்கியது. நாங்கள் சரிவின் கீழே, சுமார் 100 மீட்டர் தொலைவில் இருந்தோம். மற்றொரு வளைவு திரும்பினால், இன்னும் கீழே போக வேண்டி

இருப்பதுடன், குறுகிய சாலையில் பின்னோக்கி (ரிவர்சில்) வெகு தூரம் செல்ல முடியாது என்ற நிலை வேறு! மலைப் பாதையில் தொடர்ந்து பயணிப்பவர்களுக்கு, இந்தக் கஷ்டம் புரியும். மேலும் இருள் கவியத் தொடங்கி விட்டது. இன்றுபோல அன்றிருந்த வண்டிகளில் பல பின்னோக்கும் சாதனங்கள் கிடையாது. சற்று ஏமாந்தாலும், வண்டி பள்ளத்தில் உருண்டு போகும் வாய்ப்பு அதிகம். இப்படியெல்லாம் யோசித்ததுடன், ஒருவருக்கொருவர் பேசிக் கொண்டு – யார், நானும் ஓட்டுனரான வனவரும்தான் – அடுத்து என்ன செய்யலாம் என்று ஆலோசித்துக் கொண்டு வந்தோம். அதற்குள் யானை கீழே இறங்கத் தொடங்கியது. எங்கள் ரத்த அழுத்தம் மேலும் கூடியது. ஆனால், சற்று தூரம் முன் வந்த யானை, சட்டென்று அங்கிருந்த ஒரு சின்னப் பாறைக்கு அடுத்திருந்த தட்டையான இடத்தில் இறங்கி நின்றது. நாங்கள் எங்களது பதற்றத்தில் அப்படி ஒரு சிறிய ஒதுங்குமிடம் இருந்ததைக் கவனிக்கவே இல்லை! பெரிய உருவமான யானைக்கு அது சரியான இடம் இல்லைதான் என்றாலும், கொம்பன் உடலைக் குறுக்கிக் கொண்டு, தலையும், பாதி தந்தமும் சாலையில் துருத்திக்கொண்டு இருக்கும் வகையில் நின்றது.

நான் அப்படியே முன்னேறி, இடது புறமே சென்று, சட்டென்று வளைவைக் கடந்து விடலாம் என்று சொன்னேன்! ஆனால், அப்படிப் போனால், தந்தத்துக்கும் எங்களுக்கும் இடையே ஒரு மூன்றடி வித்தியாசம் கூட இருக்க வாய்ப்பில்லை! அதுவரை எந்தச் சத்தமும் காட்டாத மாவட்ட வன அதிகாரி, 'வேண்டாம், வேண்டாம், அது தற்கொலைக்குச் சமம். நான் அதற்கு உடன்பட மாட்டேன்' என்றார்! யானை அதன் பெரிய தலையை இடம் வலமாக வேகமாக ஆட்டியது! வனவர், 'அது வரச் சொல்லுது' என்றார். மாவட்ட வன அதிகாரி, 'இல்லை. கோபத்தில் இருக்கிறது', என்றார்! எது எப்படி ஆயினும், யானைகள் வண்டிகளுக்குப் பழகி விட்டதால், அடுத்துப் போனாலும் பதறாது என்று எனக்குத் தெரியும். இருந்தாலும், மாவட்ட வன அதிகாரியை மீறி எதுவும் செய்ய இயலாத நிலை. எத்தனை நேரம் ஆனாலும், யானைக்கும் வேறு வழி இல்லை. காரணம், சாலை குறுகியது; நாங்கள் வெகு தூரம் கீழே சென்றால்தான் இடம் கிடைக்கும். அல்லது முள்ளி போகும் திட்டத்தைக் கைவிட்டு விட்டு ரிவர்சில் பின்னால் போய், சாலை அகலமாக உள்ள இடத்தில் திரும்பி, கோவை செல்ல வேண்டியதுதான்!

தெய்வாதீனமாக, அப்போது ஒரு மின்வாரிய மினி லாரி வளைவில் திரும்பி, யானையைக் கடந்து எங்களை நோக்கி

வந்தது. உடனே கை காட்டி அதை நிறுத்தினோம். அந்த மினி லாரி ஓட்டுனரிடம் விஷயத்தைச் சொன்னோம். அவர் நான் நினைத்ததையே சொன்னார். 'யானை ஒண்ணும் செய்யாது. சும்மா போங்க' என்று! அவரிடம் அதிகாரியின் தயக்கத்தை விளக்கினேன். பின் ஒரு விண்ணப்பத்தையும் வைத்தேன். 'நீங்கள் சற்றுப் பின்னே சென்று வளைவின் மேல் புறத்தில் டிரக்கை நிறுத்தினால், நாங்கள் உட்புற வளைவில் புகுந்து, விரைவாகக் கடந்து விடுவோம்', என்று சொன்னேன். அவர் அடிக்கடி இந்த வழியில் செல்பவர் என்பதோடு, யானைகளின் சுபாவத்தையும் அறிந்தவர் என்பதால், நான் சொன்ன யோசனையைப் புரிந்து கொண்டதுடன், வனத்துறை அதிகாரியின் அச்சத்தையும் உடனே உணர்ந்து கொண்டார். உடனே டிரக்கைப் பின்னோக்கிச் செலுத்தத் தொடங்கினார். வனவரும் எங்கள் ஜீப்பை இடது புறமாக ஒதுக்கி டிரக்கை அணைத்தவாறு செலுத்தினார். யானைக்குச் சற்று முன்னே டிரக் நின்றது. யானையால் சட்டென்று வெளியே வர முடியாது! நாங்கள் வேகமாக வளைவைக் கடந்து சென்றோம். அதே வேகத்தில் டிரக்கும் இறங்கிப் போனது! கிட்டத்தட்ட நாங்கள் இருவரும் அல்லது இரு வண்டிகளும் ஒரே நேரத்தில் யானையை விட்டு விலகி விட்டோம்! வளைவில் இருந்து சற்றுத் தொலைவு சென்று யானை வருகிறதா என்று பார்த்தோம். காணவில்லை என்றதும் மகிழ்வுடன் முள்ளி நோக்கிச் சென்றோம்.

முள்ளி சென்ற பின்னும், வன அதிகாரி இயல்பு நிலைக்குத் திரும்பவில்லை. வெள்ளியங்காடு கடை முதலாளியான ஓட்டுனரும் கொஞ்சம் அதிர்ந்துதான் போயிருந்தார். அவருக்குத் திரும்ப வேண்டுமே என்ற கவலை! யானை திரும்ப வழியில் நின்றால் என்ன செய்வது என்ற யோசனை! எனக்கும் வனவருக்கும் பெரிய தாக்கம் இருக்கவில்லை. காரணம், யானைகளைக் காட்டில் அடிக்கடி பார்ப்பதாலும், கால்நடையாகவே காட்டில் திரியும்போது யானைகள் விரட்டிய அனுபவம் இருந்ததாலும்தான்! அப்போது அங்கிருந்த ஊழியர்கள், அருகில் இருந்த கடையில் இருந்து சுடச்சுட தேநீர் வாங்கி வந்து தந்தனர். அதன் பின், நிலைமை சற்றுச் சீரானது! வன அதிகாரி தனது பையில் உடைமைகளைச் சோதித்துப் பார்த்தார். அவரது ஹாண்டி காம் இல்லை என்பது தெரிந்தது. அவரது இடது கையில் இருந்ததை நாங்கள் அனைவருமே பார்த்தோம். (முன்னால் சொன்னது போல). யானையைப் பார்த்தபோதுதான் விழுந்திருக்க வேண்டும் என்று நான் ஊகித்தேன். அது சரி என்பதை அப்போது செக் போஸ்ட் வந்த ஒரு காய்கறி வியாபாரி உறுதிப் படுத்தினார்! 'அய்யா, நானும் அத்திக்கடவில்

இருந்துதான் வருகிறேன். மானார் வளைவுக்கு முன் ஒரு பெரிய கொம்பன் யானையைப் பார்த்துப் பதறிப் போய், என் வண்டியை (பஜாஜ் எம் 80!) விட்டு இறங்கி, குழியில் பதுங்கி இருந்து பின் வண்டியை எடுத்துக் கொண்டு வருகிறேன். அந்த நேரத்தில் ரோட்டில் பளபளவென ஏதோ கிடப்பதைப் பார்த்தேன். யானை இருந்ததால், திரும்பிப் பார்க்காமல் வந்து விட்டேன்' என்றார்.

வனவர் அது நிச்சயமாக ஹாண்டி காம்தான் என்று சொன்னார். ஜீப்பை எடுத்துக் கொண்டு திரும்பச் சென்று, வெள்ளியங்காடு கடை முதலாளியை அப்படியே ஒரு வாச்சருடன் கீழே அனுப்பிவிட்டு, ரோட்டில் கிடந்த ஹாண்டி காமை எடுத்துக் கொண்டு வேறு ஒரு வண்டியில் திரும்பி வந்தார்! அடுத்த நாள் கெத்தைக்காடு பழங்குடியினரிடம் பேசிக்கொண்டு இருக்கும் போது, 'அய்யா, அது நம்ம செவிட்டுக் கொம்பங்க. ரொம்பச் சாது. யாரையும் தொந்தரவு செய்யாதுங்க. காது கேக்காததாலே, பக்கம் வந்த பின்னேதான் அது நகருங்க' என்றனர்! அவர்கள் மட்டுமல்ல, பில்லூர், வீரக்கல், கோரப்பதி, பரலி ஆகிய இடங்களில் வாழும் பழங்குடி மக்களும் இதையே சொன்னார்கள்! ஆனால், அன்று செவிட்டு யானை எங்களை அரை மணி நேரம் ஒரு வழி ஆக்கியதை மறக்க இயலாது! அதே போல மொபெட் போன்ற வாகனங்களில் வாடிக்கையாகப் பயணம் செய்யும் மக்களின் தைரியத்தையும் எண்ணி வியந்தேன்! அவர்களுக்கு இது ஒரு சாதாரண நிகழ்வு; அடிக்கடி நேர்வது. இதற்குப் பயந்தால், பிழைப்பு நடக்காது! எப்படி நகரத்தில் சாலை விபத்துகள் சாதாரணமோ, அது போல!

பழங்குடிகளுக்கு, யானை, புலி போன்றவை வருவதும் போவதும் ஓர் இயல்பான விஷயம். அதனால்தான், ஒவ்வொரு விலங்கின் குணாதிசயங்கள் குறித்து அறிந்து வைத்துள்ளனர்! செவிட்டு யானை, நொண்டிப் புலி, என்று பெயர் சூட்டி மகிழ்கின்றனர்! நகரத்தில் நாம் ஒவ்வொரு மனிதருக்கும் பெயர் வைத்து அறிந்திருப்பது போலக் காட்டு விலங்குகளுக்கு ஒரு பட்டப்பெயர் வைத்து அழைக்கின்றனர்! இயற்கையோடு இணைந்து வாழ்வது எப்படி என்று நாம் பாடம் மட்டும் படிக்கிறோம். இவர்கள் இயல்பாகவே அதைக் கடைப்பிடிக் கிறார்கள்! மேலும் வன உயிரினங்களை அவர்கள் வாழ்வின் ஓர் அங்கமாகவே பாவிக்கின்றனர். இவர்களுக்கிடையில் பொழுது போக்குவது உண்மையிலேயே ஒரு சுகானுபவம்தான்! அதே போல, இன்று வரை அத்தனை ஆஜானுபாகுவான ஒரு கொம்பனை நான் கண்டதில்லை என்பதும் உண்மைதான்! மறக்க முடியாத கொம்பன், செவிட்டு யானை!

21. சாம்பல் தலை மீன் கழுகும் பில்லூரும்

பில்லூர், பரலி மின்வாரிய வளாகங்களை ஒட்டிய காடுகள் என்னை வெகுவாகக் கவர்ந்தவை. காரணம், சமதரை முட்காட்டிற்கு அது ஒரு நல்ல உதாரணம் என்பதோடு, ஆற்றோரக் காடுகளுக்கும் நல்ல உதாரணம். சம தரையில் இருந்து சற்று மேலே அல்லது உயரத்தில் இலையுதிர் காடுகளும் உண்டு. மேலும், வன உயிரினங்களுக்கு உகந்த காடுகள் என்பதுடன், வேட்டையாடிப் பறவைகளையும் நல்ல விகிதத்தில் காணலாம். மும்பையில் இருந்து நீலகிரிக்கு மாற்றலில் வந்தபோது, வேட்டையாடிப் பறவைகளை ஆய்வு செய்ய நான் தேர்ந்தெடுத்த ஓர் இடம் இந்தப் புனல்மின் நிலையங்களைச் சுற்றி அமைந்த காடுகள். மற்றொரு இடம், உயர் மட்டத்தில் இருக்கும் அப்பர் பவானி ஆகும். அது கிட்டத்தட்ட 7000 அடி உயர்ந்த மலைப் பிரதேசம். கடும் குளிர் மற்றும் முற்றிலும் வித்தியாசமான சோலைக் காடுகள் மற்றும் புல்வெளிகளைக் கொண்ட ஓர் இடம். இருவேறு துருவங்களான வாழிடங்களில் வேட்டையாடிப் பறவைகள் எப்படிப் படர்ந்துள்ளன; எந்த வகைப் பறவை எந்த வாழிடத்தைத் தேர்வு செய்கிறது என்பதை அறிய அந்த ஆய்வு உதவியது.

என்னுடைய வங்கி இரண்டிற்கும் இடைப்பட்ட பகுதியான மஞ்சூரில் இருந்தது மிக வசதியாகப் போனது! ஏனெனில், கீழே பரலி பக்கம் வரவும் போக்குவரத்து இருந்தது; மேலே அப்பர்

பவானி போகவும் போக்குவரத்து இருந்தது. என்ன, சற்று முன்னேற்பாட்டுடன் செயல் பட வேண்டும். அப்பர் பவானி போக மாலை மட்டுமே பேருந்து உண்டு. அதனால், முதல் நாள் இரவே செல்ல வேண்டியிருக்கும்; மூன்றாம் நாள் அதிகாலை பேருந்தில் வர வேண்டி நேரும். பரலி போக அது போன்ற சிரமங்கள் இல்லை. ஆனால், முள்ளியில் பேருந்து மாற்ற வேண்டி வரும். எப்படியாயினும், களப் பணியாளர்களுக்கு இதுவெல்லாம் ஒரு பெரிய விஷயம் இல்லை! தொடர் போக்குவரத்து இருந்தால் போதும். அப்படி ஏதும் தடங்கல்கள் வந்தால், வேறு வழிகளை ஆய்ந்து அவற்றை மேற்கொள்ள வேண்டியதுதான்! கவலைப் படுவதாலோ, சோர்ந்து போவதாலோ ஒன்றும் ஆகப்போவதில்லை!

பில்லூர், பரலி மின்வாரிய வளாகங்களை ஒட்டிய காடுகளில், வேட்டையாடிப் பறவைகளை ஆற்றோரம் உள்ள காடுகளிலும், சர்ஜ் ஷாப்ட்டை (Surge Shaft) ஒட்டி இருக்கும் காடுகளிலும், நெல்லித்துறை வரை நீண்டு கிடக்கும் காடுகளிலும் காணலாம். என்னுடைய முதல் செவ்வயிற்றுக் கழுகை (Rufuous&bellied Eagle) இங்குதான் கண்டேன். சர்ஜ் ஷாப்ட் போகும் சாலையில் மரக்கிளைகளின் ஊடே அது பறந்து சென்ற காட்சி அப்படியே ஒரு சித்திரம் போல இன்றும் நினைவில் நிற்கிறது. அது தவிர, கொண்டைப் பாம்புக் கழுகு, முயலடி என்னும் கொண்டைப் பருந்து, குட்டை விரல் பாம்புக் கழுகு, கருடன், சாம்பல் தலை மீன் கழுகு, வலசை வரும் வல்லூறு, வெள்ளைக்கண் வைரி, ஷிக்ரா, குருவி, வல்லூறு என்று ஒரு பெரிய பட்டியலே போடலாம்! என்ன, கடும் வெயிலையும், யானைகளின் நடமாட்டத்தையும் பொருட்படுத்தாமல், அதே நேரம் எச்சரிக்கையாகவும் இருக்க வேண்டும்! சில சமயம், பாம்புகள், கரடிகளின் இடையூறும் இருக்கும்! கண்ணும், காதும் கூர்மையாக இருக்க வேண்டும்! இல்லையென்றால், கஷ்டம்தான்! எல்லாவற்றிற்கும் மேலாக, நடக்க அஞ்சக் கூடாது! அங்கு வேறு வழி கிடையாது. தீவு போலத் தனியான உலகம் அது! நகரத்தைப் போல, நினைத்த போதெல்லாம் பேருந்து கிடையாது. அந்தந்த நேரங்களில் மட்டும் பேருந்து செயல்படும். பேருந்தின் நேரத்தை ஒட்டியே மக்களின் செயல்பாடுகளும் இருக்கும். அதுதான் அங்கு வாழ்வாதாரம்!

இப்படி ஓர் உலகத்தில், எனக்குச் சில நண்பர்கள் கிடைத்தார்கள். கந்தவேல் என்பவர் பழங்களை உண்டு வாழும் பறவைகளைக் குறித்து ஆய்வு செய்ய அங்கு வந்திருந்தார். நானும் பறவை ஆய்வு

செய்ய வந்திருக்கிறேன் என்று தெரிந்ததும், நல்ல நண்பராகிப் போனார். அவர் மூலம் அந்த மின்வாரிய வளாகத்தை அப்போது நிர்வகித்து வந்த செயல் பொறியாளர் நரேந்திரன் அறிமுகமானார். இன்னும் சில பொறியாளர்கள் நண்பர்கள் ஆனார்கள். அதனால், தேவைப்படும்போது தங்க அல்லது உள்ளே செல்ல வெகு எளிதானது. அங்குள்ள மின்வாரிய ஓய்வு விடுதியில் உணவும் கிடைத்தது! அது உண்மையிலேயே ஒரு வசந்த காலம்தான்! காலையில் இருந்து மாலை வரை பறவை நோக்கல்; நல்ல மதிய உணவு; மாலை பணி முடிந்ததும் அரட்டைக் கச்சேரி; தேநீர்; பின் இரவு உணவு அல்லது மஞ்சூர் திரும்புதல். கிட்டத்தட்ட ஒன்றரை வருடம் இது போன்ற வசதிகளுடன் எனது ஆய்வு நடந்தது. பின்னர், நரேந்திரன் மாற்றலில் போனார்; கந்தவேல் ஆய்வை முடித்தார்; என்னையும் கோவைக்கு மாற்றினர்.

இந்தக் கதை, சாம்பல் தலை மீன் கழுகுடன் எனக்கு இருந்த நட்பை விவரிக்கும். சாம்பலும், கருப்பும், வெள்ளையும் கொண்ட ஓர் அழகான கழுகு இது. ஆற்றோரம் காணப்படும் நெடிதுயர்ந்த மரங்களின் மேல் அமைதியாக அமர்ந்திருக்கும். அதே நேரம், சலசலத்து ஓடும் ஆற்றின் நீர் மீது ஒரு கண் வைத்திருக்கும். பாறைகளின் இடையே தேங்கி நிற்கும் குட்டையிலும் ஒரு கண் இருக்கும். ஏதாவது அசைவு தென்பட்டவுடன், உற்று நோக்கும். அது மீன் அல்லது பெரிய நண்டு என்றறிந்தால், பட்டென்று கீழே பறந்து வந்து கொத்திச் செல்லும்! அவை நண்பகல் வேளையில், வானில் வட்டமிட்டுப் பறக்கும் அழகே ஒரு காவியம். கறுத்த உடலும், சிறகும் வெள்ளை அடிப்பாகத்துடன் முரண்பட்டு அழகான ஓவியம் போலக் காணும். விசிறி போன்ற வால் மற்றும் சாம்பல் தலை அதன் அடையாளத்தைக் காட்டும். நிதானமான மிதப்பது போன்ற பறக்கும் திறன், சுழன்று திரும்பும் எழில், எல்லாம் ஒரு கவிதை போன்ற நயத்தில் இருக்கும். கூடு அங்குள்ள பெரிய மரங்களில் வேனில் காலத்தில் காணும். நெல்லித்துறை வரை வளைந்து செல்லும் பவானி ஆற்றின் கரையின் இரு மருங்கிலும் இந்தக் கழுகுகள் கூடு வைக்கப் பல தோதான மரங்கள் உள்ளன. கொண்டை பாம்புக் கழுகும் இந்தப்

பிரதேசத்தில் கூடு வைப்பதுண்டு. இது அல்லாது, சில சமயங்களில் வலசை வரும் மற்றொரு மீன் கழுகும் தென்படும், ஆனால் வெகு அபூர்வமாக. ஹூமிலிஸ் என்ற அந்த இனக் கழுகை ஓரிரு இடங்களில் கண்டதாகத் தரவுகள் இருக்கின்றன.

பில்லூர் ஒரு மிகச் சிறிய மின்வாரியக் குடியேற்றம். ஒரு காலத்தில் நிறைய வீடுகள் இருந்திருக்கலாம்; கடை கண்ணிகள் இருந்திருக்கலாம்; கூலித் தொழிலாளர்கள் பலர் இருந்திருக்கலாம். ஆனால் 1995இல் நான் வெகு சில வீடுகளில் மட்டுமே மக்கள் இருப்பதைக் கண்டேன். காரணம், புனல்மின் நிலைய வேலைகள் பல ஆண்டுகளுக்கு முன்பு முடிந்து விட்டதுதான். அந்தக் கடை வீதியையும் இடிந்த பணியாளர் குடியிருப்பையும் கடந்து சென்றால் அணையின் பின்பகுதிக்கு வருவோம். அங்கிருந்து பார்த்தால், 30 அடி உயர நீர் தேக்கத்தின் மதிலையும், தண்ணீர் திறக்க உதவும் மதகுகளையும் காணலாம். அங்கிருந்து வெளியேறும் நீர், நெல்லித்துறை வழியாக மேட்டுப்பாளையம் சென்று பின் பவானிசாகரை அடையும். அந்த நீர்ப் பாதையின் குறுக்கே ஒரு பழங்கால இரும்புப் பாலம் அக்கரையை அடைய இருக்கும். அக்கரையில் கொடியூர் என்கிற கிராமம் இருக்கிறது. நான் அந்தக் கிராமத்தின் வழியாக ஆற்றின் அக்கரையில் நடந்து சற்று முன்னே போய் பெரிய தண்டு உள்ள மத்தி மரத்தின் அடியில் அமர்ந்து சாம்பல் தலை கழுகை நோட்டம் விடுவேன். ஏனெனில், அவை அந்தப் படுகையில்தான் அதிகம் தென்படும். அங்கே நீரோட்டம் இல்லை என்றாலும், பாறைகள் அதிகம் காணப்படுவதால், நல்ல குழிவான பள்ளங்கள் இருக்கும். அவற்றில் நீர் நிறைந்து இருக்கும். அந்தக் குழியில் மீன்கள், நண்டுகள் ஓடிக்கொண்டிருக்கும். கழுகுகளுக்கு இஷ்டம் போல இரை கிடைக்கும். காரணம், மிக எளிதாக, பிடிக்க வசதியாகத் தொட்டி போன்று அந்தக் குழிகள் இருக்கும்.

நான் செய்ய வேண்டியதெல்லாம், அமைதியாக உட்கார்ந்து பார்த்துக்கொண்டு இருப்பதுதான்! ஒரு கால் மணி நேரம் ஆனதும், ஒரு மீன் கழுகு எதிர் மரத்தில் இருந்து எனக்கு வெகு அருகில் இருக்கும் குழியில் உள்ள மீனைப் பிடித்துக் கொண்டு மீண்டும் அதே கிளையில் போய் அமர்ந்து நிதானமாக உண்ணும்! அத்தனை அருகில் அந்தப் பளீர் வெண்ணிற அடிப்புறம் மற்றும் பழுப்புக் கண்கள்; கூர்மையான விரல் நகங்கள்; பறக்கும் நேர்த்தி; இரையைக் குறி வைத்துப் பிடிக்கும் லாகவம்; என அனைத்துமே ஒரு கவித்துவமான இயக்கமாக இருக்கும்! இடையில்

பஞ்சுருட்டான்கள் பறந்து கொண்டே நீரருந்தும் அழகையும் காணலாம்! அமர்ந்து அருந்தும் வகையில் கால்கள் அமையாததால், அவை பறந்து ஒரு வட்டம் அடித்து, நீரின் மேல் அலகை வைத்து உறிஞ்சிக் குடிக்கும் அழகே அழகு! இவற்றைப் பார்த்துக் கொண்டிருக்கும் போது ஒரு சிரிப்பு போன்ற குரல் கேட்கும்! பார்த்தால், நமது நண்பன் நாரை அலகு மீன் கொத்தி அங்கு வந்திருப்பான்! ஒரு சிறிய வாழிடம் எப்படிப் பலதரப்பட்ட உயிரினங்களுக்கு உதவிகரமாக இருக்கிறது என்றெண்ணி வியப்போம்! அதை விட, பறவையியல் நிபுணர் சலீம் அலி இந்தக் காட்சிகளை எல்லாம் எவ்வளவு அனுபவித்து எழுதியிருக்கிறார் என்று வியக்காமல் இருக்க முடியாது! அவரது எழுத்தில் – 'A predominantly fish eating eagle, met singly or in widely spaced pairs sitting bolt upright on boughs overlooking clear shingly perennial streams and rock pools in forest– in more or less the same facies as favoured by the Stork billed kingfisher.' இதே போன்ற மற்றொரு மீன் கழுகு வாழிடம் மோயாற்றங்கரை, குறிப்பாக மங்களப்பட்டி. அங்கும் மீன் கழுகுகளைக் கண்டு களிக்கலாம்!

பறவை நோக்கல் என்பதை ஒரு கலையாக, இயற்பியல் உண்மைகளுடன் இணைத்து இது போல எழுதுவதும் கற்பிப்பதும் வேறு எவருக்கும் வராது என்பது எனது கருத்து! வாழிடப் பங்கீடு, எந்த வாழிடத்தில் எந்தெந்தப் பறவைகளைக் காணலாம், அவற்றின் குணாதிசயங்கள் என்னென்ன என்று எல்லாவற்றையும் அவரது இந்தியா – பாகிஸ்தான் பறவைகள் கையேடு மிகத் தெளிவாக எடுத்துரைக்கும். ஒரு வாழிடத்தின் பல்லுயிர் பெருக்கத்தைப் பறவைகள் மூலம் அறிந்து கொள்ள அவரது புத்தகங்கள் ஒரு கருவூலம் மட்டுமல்ல, விளக்கக் களஞ்சியம். வெறும் பறவை நோக்கல் மட்டும் கற்பிப்பது அல்ல அவரது நூல்கள். அதன் மூலம் இயற்கைப் பாதுகாப்பை உறுதி செய்யும் பொக்கிஷம். இப்படியாக எனது வேட்டையாடிப் பறவைகள் ஆய்வு பில்லூரிலே வெகு அருமையாக நடந்தது தொண்ணூறுகளின் இடைப்பட்ட காலங்களில். இன்றும் என்னை ஈர்க்கும் ஓர் அற்புதமான பிரதேசம், இந்த பில்லூர் – பரலி வளாகம்!

22. ஜெர்டான் பருந்து

மும்பையில் இருந்து மாற்றல் ஆகி வரும்போது, எனக்குக் கோயம்புத்தூர் வட்டம் (பிராந்திய) அலுவலகத்திற்கு உட்பட்ட கிளைகளில் பணி செய்ய வாய்ப்பளிக்கப்பட்டது. அதாவது, அந்தப் பிராந்திய அலுவலகத்திற்கு உட்பட்ட ஏதாவது ஒரு கிளையில் காலியிடம் இருக்குமானால், நான் பணி புரியலாம். அந்தக் காலியிடக் கிளைகளின் பட்டியல் தரப்படும். அதில் நமக்கு விருப்பமான கிளையைத் தேர்ந்தெடுக்கலாம். ஒரு சில கிளைகளுக்குப் பெரிய அடிதடி நடக்கும்! போட்டி, சிபாரிசு, மேலிடத்துத் தலையீடு என எல்லாம் இருக்கும்! சில கிளைகளுக்கு யாரும் போக மாட்டார்கள்! ஏமாளிகள் (என்னைப் போல) யாரையாவது தள்ளி விடுவார்கள்! நாங்கள் 8 பேர் அந்த வருட ஆரம்பத்தில் மாற்றலில் வந்திருந்தோம். எல்லோரையும் பிராந்திய மேலாளர் அழைத்து, கிராமப்புறச் சேவை செய்ய விரும்புபவர்கள் சில கிளைகளைத் தேர்ந்தெடுக்கலாம் என்று அவற்றின் பெயர்களைச் சொன்னார். அதில் நீலகிரியில் உள்ள மஞ்சூரும் ஒன்று! உடனே நான், 'எனக்கு மஞ்சூர் கொடுங்கள்' என்றேன். நம்ப முடியாமல் அவர், 'மஞ்சூரா?' என்றார்! ஏனென்றால், அங்கே போவதற்குப் பெரும்பாலும் யாரும் விரும்புவதில்லை. போக்குவரத்து வசதிகள் இல்லாத ஒரு கடைக்கோடி ஊர் அது. மேலும், வருடத்தில் ஆறு மாதங்கள் கடும் குளிர் நிலவும் (கடல் மட்டத்தில் வாழ்ந்தவர்கள் கணிப்பு); பள்ளி, கல்லூரி வசதிகள் குறைவு; பெரிய வசதிகள் கொண்ட

மருத்துவமனைகள் இல்லை; இதுபோல பல அசௌகரியங்களால் பெரும்பாலோனோர் அங்கு போக விரும்புவதில்லை.

அவர் உடனே தனது அந்தரங்கச் செயலாளரைக் கூப்பிட்டு, 'சந்துரு மனம் மாறும் முன் ஆர்டரை அடித்துக் கையெழுத்து வாங்கி விடுங்கள். வெளியில் போனால் அவர் மனதைக் கலைத்து விடுவார்கள்' என்றார்! அவர் கவலை அவருக்கு! பாவம், என்னைப் பற்றி அவருக்குத் தெரியவில்லை! பைத்தியங்களில் மகா பைத்தியம் என்று தெரியவில்லை! எல்லாம் முடிந்து வெளியில் வந்தேன். ஏதோ வினோத ஜந்துவைப் பார்ப்பதுபோல என்னை எல்லோரும் பார்த்தனர். 'பாவம், மஞ்சூர் வேணும் என்று கேட்டானாமே?' என்று பரிதாபப்பட்டனர்! எனது நோக்கம் புரியாமல், அவரவர் ஏதேதோ பேசிக்கொண்டிருந்தனர்! அதிகாரிகள் (தொழிற்) சங்கத் தலைவர்கள் தனியாக என்னைக் கூப்பிட்டு விசாரித்தனர். அவர்களுக்கு நான் ஏமாந்து போய் ஒப்புக்கொண்டு விட்டேனோ என்ற கவலையுடன், அவரவர் சங்கத்துக்கு என்னை இழுக்கவும் ஒரு யோசனை! ஆக, அன்று பிராந்திய அலுவலகத்தில் நான்தான் பேசுபொருள்; காட்சிப் பொருள்; அனுதாபத்துக்குரிய மனிதன்! எனக்கு அந்த அளவுக்குக் கவலைப்படும் ஒரு விஷயமாகத் தெரியவில்லை. மேலும் மஞ்சூருக்கு நான் முன்பே ஒருமுறை சென்றுள்ளேன். அந்தக் கதை வேறொரு சமயத்தில்! ஸ்வெட்டர், கம்பளி, இத்தியாதிகள் வாங்க வேண்டும் என்பதால், எனக்கு மட்டும் இரண்டு நாள் அவகாசம் தரப்பட்டது! மற்றவர்கள் எல்லாம் அடுத்த நாளே சேர வேண்டும் என்கிற கட்டாயம். அதுவல்லாது, போக்குவரத்து வசதிகள் குறைவு என்பதாலும்.

இப்படியாக நான் இரண்டாம் நாள் காலை 9.30 மணிக்குக் கோவையிலிருந்து காரமடை, வெள்ளியங்காடு வழியாக மஞ்சூர் செல்லும் கீழ்குந்தா பேருந்தைப் பிடித்தேன். மொத்தம் 90 கி.மி. தொலைவுதான் என்றாலும், அது மதியம் 1.30 வாக்கில்தான் மஞ்சூரை அடையும். காரணம், காரமடையில் காய்கறிகளை ஏற்றிக்கொண்டு நிதானமாக வெள்ளியங்காட்டில் உணவு இடைவேளைக்குப் பின், மலை ஏறி கெத்தை அடைந்து, அதன் பின் சாவதானமாக 37 கொண்டை ஊசி வளைவுச் சாலையில் பயணித்து மஞ்சூரை அடையும்! இந்த 37 கொண்டை ஊசி வளைவுச் சாலையில் பயணிப்பதே ஒரு த்ரில்லான அனுபவம்! கடும் குறுகலான வளைவுகளில் பேருந்தை இயக்குவது ஒரு

சவாலான செயல்தான். ஏனென்றால், அந்தக் காலத்தில் (1994-97) பவர் ஸ்டீயரிங் கிடையாது. நல்ல திடகாத்திரமான டிரைவராக இருந்தால்தான் சமாளிக்க முடியும். வளைவுகளில் நெட்டி வாங்கும்! அவ்வப்போது யானைகளும், கரடிகளும் குறுக்கிடும்! பயணமே ஒரு சுகமான அனுபவம்தான்! ஒரே ஒரு சங்கடம், பயணிகளின் கூட்டம்! வெகு குறைவான பேருந்துகளே இவ்வழியில் போவதால், நெரிசல் அதிகமாக இருக்கும். அதுவல்லாது, முள்ளியில் கேரளாவில் இருந்து ஏறும் கூட்டம் வேறு சேர்ந்துகொள்ளும். இப்படியாக இந்தப் பயணம் இருக்கும். பேருந்துதான் வழியில் உள்ள பழங்குடி கிராமங்களுக்கு நாகரிகத்துடன் தொடர்புப் புள்ளி! பேருந்தை ஒட்டித்தான் இவர்களது வாழ்க்கை. ஓட்டுனரும் நடத்துனரும் இவர்களது தெய்வங்கள்!

வார நாளாக இருந்ததால், அன்று அதிகக் கூட்டம் இல்லை. மேலும் புது முகம் என்பதாலும், நடை உடை பாவனைகள் சற்று வித்தியாசமாக இருந்ததாலும், டிரைவர் என்னைப் பற்றி விசாரித்தார்! மஞ்சூர் வங்கியின் புதிய மேலாளர் என்று தெரிந்ததும், முன்னால் இருக்கும் தனி இருக்கையை எனக்குத் தந்தார்! அதாவது, அவருக்குப் பக்கவாட்டில், ஆனால் எதிரில். எனக்கு வேடிக்கை பார்த்துக்கொண்டு போக வசதியான இருக்கை. யாரும் இடையூறு செய்ய இயலாத முதல் ஒற்றை இருக்கை. எனவே வழியைக் கவனமாக மனதில் பதிய வைத்துக்கொண்டு பயணித்துக் கொண்டிருந்தேன். காரமடை வரை அதிக நிறுத்தங்கள் இல்லை. காய்கறிகளை காரமடையில் ஏற்றிய பின், சடுதியில் வெள்ளியங்காடு அடைந்து உணவு இடைவேளை விட்டாயிற்று. நான் இறங்கி ஒரு டீ குடித்துவிட்டு உலவிக் கொண்டிருந்தேன். மற்றவர்கள் உணவு உண்டபின்தான் வண்டி புறப்படும். இடையில் சிலர் என்னிடம் மஞ்சூர் குறித்து நல்ல விஷயங்களைச் சொன்னார்கள். அப்போதே மஞ்சூர் மக்களின் ஒரு பகுதிக்கு நான் நண்பனாகி விட்டேன்!

இடைவேளை முடிந்ததும் பேருந்து புறப்பட்டு இரண்டு கி.மீ. தூரத்தில் இருக்கும் மலைப் பாதையின் தொடக்கத்தை அடைந்தது. இப்போது உள்ளதுபோல அந்தக் கால கட்டத்தில் சோதனைச் சாவடி அடிவாரத்தில் கிடையாது. ஆனாலும், அதிகமாகத் தனியார் வண்டிகள் அந்த வழியில் போகாது. அரசுப் பேருந்துகளும், மின்வாரிய வண்டிகளும் மட்டும் செல்லும். சில

அரசுத் துறை வாகனங்கள் அவ்வப்போது செல்லும். நான் எனது இருக்கையில் நன்றாக அமர்ந்துகொண்டு அந்தக் காட்டு வழியைக் காணத் தயாரானேன். முதல் கொண்டை ஊசி வளைவைத் தாண்டிப் பேருந்து ஒரு நேரான பாதையில் சென்று கொண்டிருந்தது. நேர் எதிரே ஒரு பருந்து போன்ற பறவை பேருந்தை நோக்கிப் பறந்து வந்து கொண்டிருந்தது. முழுவதும் கிட்டத்தட்டப் பழுப்பு நிறம்; சின்னக் கொண்டை போன்ற ஒரு குடுமி; மார்பகத்தில் செவ்வரிகள்; கால் விரல் நுனி வரை இறகுகள்; அலகில் ஒரு சிறிய ஓணான் போன்ற பிராணியைப் பிடித்திருந்தது; கிட்டத்தட்ட ஷிக்ரா போன்ற தோற்றம். நேரே பறந்து வந்த அந்தச் சிறிய பருந்து சட்டென்று இடப்புறம் திரும்பி, மலைப் பாதையை ஒட்டி இருந்த காட்டில் சென்று அமர்ந்தது. பேருந்து அந்தச் சிறிய ஏற்றத்தில் நிறை மாதக் கர்ப்பிணி போல (கூட்டத்தால்) மெதுவாக ஏறிக்கொண்டிருந்தது. அதனால், நான் வெகு தெளிவாக இப்போது அதன் கொண்டையையும், இறகுகள் அடர்ந்த கால்களையும் காண இயன்றது. ஏனெனில், எனக்கு நேரே ஜன்னல் வழியாகக் காணும் வகையில் அது அமர்ந்திருந்தது. அலகில் இருந்தது ஓணான்தான் என்று தெரிந்தது. எந்த வகைப் பறவையாக இருக்க வாய்ப்பு என்று மனம் யோசிக்கத் தொடங்கியது.

ஷிக்ராவாக இருக்க வாய்ப்பில்லை, ஏனெனில் கால்கள் வரை இறகுகள் அடர்ந்திருந்தது. கொண்டைப் பருந்தாகவும் இருக்க வாய்ப்பில்லை. ஏனெனில், அதற்கும் கால்கள் வரை இறகுகள் கிடையாது. பறந்து வரும்போது, சற்றே அகலமான சிறகுகள் (ஷிக்ரா மற்றும் கொண்டைப் பருந்தை நோக்கும் போது) தெளிவாகத் தெரிந்தது. மிக்கவாரும் வலசை வரும் வைரியாக இருக்கலாம் என்றால், அது குளிர் காலம் அல்ல. நல்ல கடும் கோடையான ஏப்ரல் கடைசி வாரம். இது என்ன என்று அறிய நான் சாலிம் அலியின் இந்தியா மற்றும் பாகிஸ்தான் பறவைகளின் கையேட்டைத்தான் நோக்கவேண்டும். அதில்தான் மிகத் தெளிவான விவரங்கள் கிடைக்கும். ஆனால், அப்போதுதான் மாற்றலில் வந்து கிளைக்குச் சென்று கொண்டிருக்கிறேன். பின்னொரு சமயம் மும்பை சென்று வரும்போதுதான், புத்தகங்கள், மற்ற சாமான்களைக் கொண்டு வரமுடியும். அது வரை இருக்க முடியாது! ஏதோ ஒரு வேலை பிராந்திய அலுவலகத்தில் வரும்போது, கோவையில் உள்ள ஏதாவது நூலகமோ அல்லது பறவையாளரிடமோ சென்று தெளிவுபெற முடிவு செய்தேன். இன்றுபோல அன்று தகவல் மற்றும் தொலைத்

தொடர்பு சாதனங்கள் கிடையாது. ஏன், தொலைப்பேசிகூட எளிதில் அகப்படாது! மஞ்சூர் சென்று கிளையை அடைந்ததும் செய்த முதல் வேலை, இந்தப் பறவையின் குறிப்பை எனது கையேட்டில் பதிவு செய்ததுதான்! அதன் பின்தான் வருகைப் பதிவேட்டிலேயே கையொப்பம் இட்டேன்! ஏனெனில், இந்த விவரங்கள் மறந்து போனால், சரியானபடி பறவையை இனம்காண முடியாதே!

மற்றொரு விஷயம், மும்பையில் இருந்து வரும்போதே, தெற்கு நீலகிரிப் பகுதிகளில் உள்ள வேட்டையாடிப் பறவைகளைக் குறித்து ஓர் ஆய்வு செய்ய பம்பாய் இயற்கை வரலாற்றுச் சங்கத்தின் அங்கீகாரத்துடன்தான் வந்திருந்தேன்! அதனால், ஒவ்வொரு வேட்டையாடிப் பறவையையும் சரியானபடி அடையாளம் காண்பது மிகவும் அவசியமாகிப் போனது! நான் எதிர்பார்த்ததுபோல அந்த வாரமே பிராந்திய அலுவலகம் போகவேண்டிய சூழல் வந்தது. இதற்கு முன் இருந்த மேனேஜர் வேலையை ராஜினாமா செய்து விட்டதால், அவர் குறித்த சில தரவுகளைக் கொண்டுசெல்ல நேர்ந்தது. அப்போது, வேலையின் இடையில் சிறிது நேரம் எடுத்துக்கொண்டு சாகான் (Sacon) சென்று மேற்கோள் புத்தகங்களை ஆராய்ந்தபோது, அது பல்லி பருந்து (பழைய பெயர்) என்றழைக்கப்படும் ஜெர்டான் பருந்து (Jerdon's Baza) என்றறிந்தேன்!

கால் விரல் வரை இறகுகள் இருக்கும் என்ற ஒற்றைக் காரணம் கொண்டு நான் இதை முடிவு செய்யவில்லை. அல்லது பொதுவான பழுப்பு நிறம் கொண்டுமல்ல. சாலிம் அலியின் நடத்தை குறித்த நுட்பமான குறிப்பு அதன் இனத்தை அறிய உதவியது! அவர் சொல்கிறார் –

> '...found in hilly forested country. Still hunts lizards and large insects, pouncing on them from look&out perch in a leafy tree. Prey carried in beak, not talons!'

அந்தக் கடைசி வார்த்தை, இது எந்த வேட்டையாடிப் பறவை என்பதை வெகு துல்லியமாகக் காட்டி விட்டது. மற்ற வேட்டையாடிப் பறவைகள், காலில்தான் பிடித்துக் கொண்டு பறக்கும்! இதுதான் விஷய ஞானம் உள்ளோருக்கும் மற்றவருக்கும் உள்ள வேறுபாடு! பொட்டில் அடித்தாற் போன்ற விளக்கம் மற்றும் வர்ணனை! அதற்கு மேலும் எனக்கு உறுதிப்படுத்துதல் தேவைப்படவில்லை!

அடுத்தது, இந்த வகைப் பறவை இங்கு முன்பே கண்டறியப்பட்டுள்ளதா என்கிற தகவல் வேண்டும். திருமூர்த்தி போன்றோர் பறவை நோக்கர்கள் கையேட்டில் (Newsletter for Birdwatchers) இது பற்றி ஏதும் குறிப்பிடவில்லை; ஆசாத் ரஹ்மானியும் நீலகிரிப் பறவைகள் பற்றிய குறிப்புகளில் ஏதும் எழுதவில்லை. ஆக, இது இப்போதுதான் கண்டறியப்பட்டது என்பது உறுதியானது. அதன்பின், அத்திக்கடவில் உள்ள பழங்குடியினரிடம் பேசிக்கொண்டிருக்கும்போது இந்த வகை வைரிகளை வேப்பமரத்தூரை அடுத்தும் காணலாம் என்று அறிந்தேன். ஒரு குழுவாக இவை மாலை நேரங்களில் அலையும் என்றும் பெரும்பாலும் ஓணான்களையே பிடிக்கும் என்றும் கேள்விப்பட்டேன். இப்படியாக எனது வேட்டையாடிப் பறவைகளைக் குறித்த ஆய்வு, ஒரு அதிர்வெடி கண்டுபிடிப்புடன் தொடங்கியது! வருத்தமான விஷயம் என்னவென்றால், அன்று நல்ல காமிராவோ, படம் பிடிக்கக்கூடிய கைபேசியோ, இன்ன பிற உபகரணங்கள் இல்லாமல் போனதுதான். என் நினைவில் நிற்கும் காட்சிகள்தான் சாட்சி!

23. யானை எனும் புதிர்

யானைகளின் சுபாவம் எப்படி மாறும் என்பதை உணர்த்தும் ஒரு சம்பவத்தை உங்களோடு பகிர்ந்துகொள்ள விரும்புகிறேன். முன்பே பல இடங்களில் சொன்னதுபோல, யானைகள் சுபாவத்தில் மிகவும் சாந்தமானவை. சண்டை சச்சரவுகளை விரும்பாதவை. ஒரு சில நேரங்களில் சூழ்நிலை காரணமாக அவை மூர்க்கமாக மாறுவதுண்டு.

இரண்டு நாட்களுக்குமுன் கர்நாடகாவில் உள்ள ஆலூர் சரகத்தில் (ஹாசன் வட்டம்) நிகழ்ந்த சம்பவம் இதற்கு ஓர் உதாரணம். பொம்மா என்ற கொம்பனைப் பிடிக்கும் முயற்சி வெற்றி பெறாததால், அதைப் பிடிக்க மயக்க மருந்து ஊசி செலுத்துவதில் வல்லவரான வெங்கடேஷ் என்ற ஓய்வு பெற்ற வன ஊழியரை வனத்துறை கூப்பிட்டு வந்தனர். கொம்பன் அடர்ந்த காட்டுக்குள் இருந்தது; காட்டின் ஊடே ஒரு ஜீப் தடம் சென்ற வழியில் இவர்கள் யானையைக் கண்டு மயக்க ஊசி போடக் கால்நடையாகச் சென்றிருக்கின்றனர்.

முதலில் அதுவே ஒரு தவறு. காரணம், யானையை இவர்கள் பார்க்கும்முன், அது இவர்களைக் கண்டு ஓடவும் வாய்ப்புண்டு அல்லது தாக்கவும் செய்யலாம். இரண்டுமே தவிர்க்கப்பட வேண்டிய விஷயங்கள். எச்சரிக்கையுடன் ஒரு கும்கி மீதோ அல்லது வண்டியிலோ போயிருக்க வேண்டும். அல்லது ஒரு திறந்த வெளியைத் தேர்ந்தெடுத்து, யானையை அங்கு வரவழைத்து மறைந்திருந்து ஊசி போட்டிருக்க வேண்டும்.

யானை காட்டிலிருந்து தடத்திற்கு வந்தபோது, வெங்கடேஷ் வெறும் 30 மீட்டர் தொலைவில் இருந்து மயக்க மருந்து ஊசியைப் போட்டிருக்கிறார். அது குறி தவறிவிட்டது. ஆனால், யானை கோபமடைந்து, திரும்பி அவரை விரட்டியது. கூட இருந்த (கன்மென்) துப்பாக்கி ஏந்திய காவலர் யானை இருந்த திசை நோக்கிச் சுட்டுவிட்டு ஓடி விட்டார்! காவலர் அவருக்குப் பின்னால் இருந்திருக்கிறார்! யானை திரும்பி விரட்டத் தொடங்கியதும், காவலர் ஒரு முறை காற்றில் சுட்டுவிட்டு, மயக்க ஊசி வெங்கடேஷைத் தனியே விட்டுவிட்டு ஓடிவிட்டார்! யானை வெங்கடேஷை விரட்டிச்சென்று மிதித்துவிட்டுப் போய்விட்டது. மருத்துவமனை செல்லும் வழியிலேயே அவர் இறந்து விட்டார்.

கொடூரமான, ஆனால், முட்டாள்தனத்தின் விளைவாக நேர்ந்த ஓர் உயிரிழப்பு. இது போன்ற சமயங்களில், நிதானமும் எச்சரிக்கையுணர்வும் மிக மிக அவசியம். அதை விட, யாருக்கும் சேதம் நேராதவாறு ஒரு திட்டத்தைச் செயல்படுத்த வேண்டும். தப்பிச் செல்லும் ஒரு வழி எப்போதும் திறந்திருக்க வேண்டும். அநாவசிய அலட்டல்களுக்கும், அசட்டு தைரியத்துக்கும் அங்கு இடமில்லை. ஆனால் இங்கு அது இல்லாமல் போய்விட்டது; ஒருவர் இறந்துவிட்டார்.

இப்போது நான் இது குறித்து எழுத நேர்ந்த அவசியம் என்னுடைய அனுபவம்தான். ஏனெனில், கிட்டத்தட்ட இதே சூழ்நிலையில் நான் பந்திப்பூரில் யானைகளிடம் இருந்து தப்பித்தேன். யானைகளின் நல்ல குணத்தால் பிழைத்தேன் என்றும் சொல்லலாம்! யானைகள் பெரும்பாலும் அமைதி யானவை; ஒதுங்கிப் போகும் குணம் கொண்டவை. அதோடு, யானைகள் கோபம் கொண்டிருந்தால், நாங்கள் தப்பிக்க வாய்ப்பே அன்று இல்லை! இருந்தும், தப்பித்து வந்து இதை எழுதும்வரை நான் இருக்கிறேன் என்றால், யானைகளுக்கும், இறைவனுக்கும் தான் நன்றி சொல்ல வேண்டும்!

இது நடந்தது 2001ஆம் வருடம் மே மாத இறுதியில்! அப்போது நான் கொல்லத்தில் பணியில் இருந்தேன். ஜனவரி மாதம் தட்டேகாட்டில் யானை விரட்டி உயிர் பிழைத்து வந்தபின் நாலு மாதத்தில் நடந்த சம்பவம் இது. பறவை கணக்கெடுப்பு முடிந்து தேவரிமடு முகாமில் இருந்து திரும்பும்போது நிகழ்ந்தது. தேவரிமடு முகாம் போகும்போது நிகழ்ந்த சம்பவத்தை

என்னுடைய ‘கழுகுகளின் காடு’ புத்தகத்தில் எழுதியிருக்கிறேன். இது அடுத்த இரண்டு நாட்களில் நடந்தது.

பறவை கணக்கெடுப்பு முடிந்து எல்லோரும் ஒரே இடத்தில் சந்தித்தபின் கலைவதுதான் வழக்கம். அந்த முறை என்னுடன் இருந்த பெங்களூருவைச் சேர்ந்த உமாசங்கர், உஷா இருவரும் இரவுக்குள் போகவேண்டும் என்பதால், முகாமில் இருந்து குறுக்கு வழியில் மைசூரு நெடுஞ்சாலையை அடைந்துவிட்டால், அவர்கள் மதியம் மூன்று மணிக்குள் பேருந்தைப் பிடித்துவிடலாம் என்று கணக்கு போட்டனர். மேலும் வனத்துறை வண்டி வந்து கூட்டிச் செல்ல மாலை ஆகிவிடும் என்ற நிலை வேறு. எனவே ஒரு கன் மேன் (துப்பாக்கி ஏந்திய காவலர்) எங்களுடன் வந்து நெடுஞ்சாலையில் எங்களைவிட வேண்டும்; பேருந்து ஏறிய பிறகு அவர் திரும்புவது என்று ஏற்பாடு.

துப்பாக்கி ஏந்திய காவலர்தான் இருக்கிறாரே என்கிற தைரியத்தில், நாங்கள் மூவரும் எங்கள் மூட்டைகளைச் (haversack) சுமந்து கொண்டு காலை சுமார் 11 மணிக்கு புறப்பட்டோம். கன் மேன் எங்களுக்கு முன்னால், அவர் பின் நான், அடுத்து உஷா, கடைசியில் உமாசங்கர் என்று எங்கள் ஊர்வலம் தொடங்கியது.

முதல் ஒரு மணி நேரம் ஒரு பிரச்சினையும் இல்லை. நிதானமாக ஆனால் நல்ல வேகத்தில் நாங்கள் கிட்டத்தட்ட பாதி தூரத்தைவிட அதிகமாகவே கடந்துவிட்டோம் என்று கன் மேன் சொன்னார். இன்னும் ஒரு முக்கால் மணி நேரத்தில் நெடுஞ்சாலை அருகே சேர்ந்துவிடுவோம் என்று உற்சாகப்படுத்தினார்! அஙகுதான் நான் பாதையோரம் ஒரு நீண்ட வால் பக்கியின் (Long&tailed Nightjar) கூட்டைப் படம் எடுத்தேன். (அந்தக் கதை பின்னொரு சமயத்தில்!) வெகு நேரம் அங்கு நின்று படங்கள் எடுத்ததுடன் அதன் உருமறைப்பு உக்தியைப் பெரிதும் பாராட்டியவாறு மேலும் நடந்தோம்.

இடது புறம் ஒரு சிறிய குட்டை இருந்தது; கடுங்கோடை காரணமாக, அதில் நீர் குறைவாக இருந்தது; அதில் 5 விடலை யானைகள் (sub adult) நீரருந்திக் கொண்டிருந்தன. சுமார் 3 அல்லது 4 வயதுக் குட்டிகள். நாங்கள் கரையை அடைந்ததும், அவை கலைந்து எங்களை நோக்கி வேகமாக ஓடி வந்தன! நான் சுற்றுமுற்றும் கவனமாகப் பார்த்தேன். பெரிய யானை ஏதும் இல்லை. ஆனால், இந்தக் குட்டிகள் எங்களை முட்டித் தள்ளி

விடுவதுபோல ஓடி வந்து எங்கள் நடுவில் புகுந்து சென்றன. இடித்திருந்தால், எங்களால் சமாளிக்க முடிந்திருக்காது. அவற்றின் தலையில் குச்சி போன்ற தடித்த முடிக் கற்றைகள் கட்டாயம் குத்தி காயப்படுத்தி இருக்கும். நல்ல வேளை, பெரிய சேதாரம் இன்றித் தப்பினோம்.

அதன்பின், வெகு எச்சரிக்கையாக பார்த்துக்கொண்டு சற்றே வேகமாக நடந்தோம். நெடுஞ்சாலையில் வாகனங்கள் செல்லும் ஓசை மெலிதாகக் கேட்டது. ஆனால், அந்த இடத்தில், பாதையின் இரு புறமும் உண்ணிச் செடிகள் (Lantana Camara) அடர்ந்து கிடந்தன. உள்ளே எந்த விலங்கு இருந்தாலும் தெரியாது. சரி, நெடுஞ்சாலைக்கு அருகே வந்து விட்டோம், ஒரு மடக்கு தண்ணீர் குடித்துவிட்டு, ஐந்து நிமிடம் ஓய்வெடுத்துவிட்டு போகலாம் என்று உஷா சொன்னாள். அதுவும் சரிதான் என்று முதுகில் இருந்த சுமையை அருகில் இருந்த ஆச்சா மரத்தடியில் இறக்கி வைத்து விட்டு, சற்று இளைப்பாறினோம்.

கன் மேன் எங்களுக்கு சற்று முன் நின்று கொண்டிருந்தார். உமாசங்கர், திடீரென பதட்டம் அடைவது கண்டு நான் இடது புறம் குவிந்து கிடந்த உண்ணிச் செடி புதரை உற்று நோக்கினேன். சடாரென்று எங்களுக்கு 20 மீட்டர் முன்பு உண்ணிச் செடி புதர் விலகியது; ஒரு பெரிய கொம்பன் வெளிவந்து எங்களைப் பார்த்தவாறே எதிர்புறம் சென்று மறைந்தது! எனக்கு என்ன செய்வது என்று தெரியவில்லை. வெகு வேகத்தில் அனைத்தும் நடந்து முடிந்து விட்டது. பக்கத்தில் இருந்த கன் மேன் எங்கே போனார் என்று தேடவேண்டி வந்தது!

யானை போன பின்னர் கன் மேன் அருகில் இருந்த மரத்தின் பின்னால் இருந்து வெளியே வந்தார். எனக்கோ பயங்கர கோபம். எங்களைப் பாதுகாக்க வந்தவர் இப்படி பயந்து ஓடினால் என்ன பயன்? எனக்கு கன்னடம் பேச அப்போது வராது. அதனால், கோபமாக உமாசங்கரிடம் அதை கன் மேனுக்கு சொல்லச் சொன்னேன். உமாசங்கர் அவரைக் கடிந்து கொண்டார். ஆனால், உமாசங்கர் என்னிடம், 'இந்த ஆளை நம்பிப் பயனில்லை. மிகவும் பயந்து போய் இருக்கிறான். நம்மை இவனே யானையிடம் மாட்டி விடுவான் போலத் தெரிகிறது' என்றார். முதுகில் சுமை இல்லாமல் இருந்தாலாவது வேகமாக ஓடலாம்; எங்கள் பை வேறு இடைஞ்சல்.

நான் இன்னும் ஒரு ஐந்து நிமிடம் தாமதித்து இடப்புறத்தில் இருந்து ஒரு விலங்கும் வரவில்லை என்றால் மேலே நடக்கலாம் என்றேன். காரணம், யானைக் கூட்டம் இருந்தால், அவை மெதுவாக ஒன்றன்பின் ஒன்றாகத்தான் வரும். நாம் அவற்றின் வழியில் மோதுவதுபோலப் போவது நல்லதல்ல என்றேன். கன் மேன், நாங்கள் உடனே போவதுதான் நல்லது, இல்லையென்றால் யானைகள் வந்துகொண்டுதான் இருக்கும், அந்த இடத்தை விட்டு சீக்கிரம் போவதுதான் நல்லது என்றார். உமாசங்கரும் அதுதான் சரி என்றார். வேறு வழியில்லை. ஒரு பத்தடி முன்னே போயிருப்போம். அதே உண்ணிப் புதரில் இருந்து ஒரு தாய் யானையும், குட்டியும் வெளி வந்து எங்களைக் கண்டு மிரண்டு, பிளிறியவாறு எதிர் புதரில் ஓடி மறைந்தன!

கன் மேன், 'மரி, மரி' என்று புலம்பியது கேட்டது. அடுத்த கணம் அவர் 100 மீட்டர் பின்னால் ஓடி மறைந்துவிட்டார். நாங்கள் செய்வதறியாது அப்படியே உறைந்து நின்றுவிட்டோம். அது எங்களுக்குச் சாதகமாகப் போனது என்று இப்போது எனக்குத் தோன்றுகிறது! மற்றொரு காரணம், குட்டி இருந்தது. குட்டியைப் பாதுகாப்பதை தாய் யானை பெரிதாக எண்ணி விரைவில் சென்றுவிட்டது என்று எண்ணுகிறேன். நாங்கள் ஓடி இருந்தாலோ அல்லது சத்தம் போட்டிருந்தாலோ என்ன நடந்திருக்கும் என்று சொல்ல இயலாது. அதன் பின், உமாசங்கர் என்னிடம் வந்து, 'நீங்கள் சொல்வது போலச் செய்வோம்' என்றார்.

நான், 'ஒரு பத்து நிமிடம் அருகில் இருந்த மரத்தடியில் நின்று கவனித்த பின், மேலே நடப்போம்' என்றேன். சுற்றுமுற்றும் நன்கு நோட்டம் விட்டவாறு, பதற்றம் தணிய குடுவையில் இருந்து நீர் அருந்தினோம். அமைதியாக பத்து நிமிடங்கள் கழிந்தன. கன் மேன் மெதுவாக திரும்பி வந்து, 'என்னைத் தனியாக விட்டுவிட்டுப் போய்விடாதீர்கள்' என்று கண்ணீர் மல்கக் கெஞ்சினார். தன்னுடைய தவறை உணர்ந்தார் என்பதைவிடப் பத்திரமாகப் போகவேண்டுமே என்ற கவலைதான் அதிகமாக இருந்ததுபோல எனக்குப் பட்டது.

அதன்பின் அரை கிலோமீட்டரே இருந்த தூரத்தை விரைவாக எந்த பிரச்சனையும் இல்லாமல் கடந்து நெடுஞ்சாலையை அடைந்தோம். அங்கு நல்ல வேளையாக எனக்கு கூடலூர் வரை ஒரு மகிழுந்தில் (கார்) இடம் கிடைத்தது. காட்டின் நடுவில்

இப்படி மூட்டையுடன் ஒருவர் நிற்கிறாரே என்று பரிதாபப்பட்டு இடம் தந்தார்! அங்கிருந்து வழிக்கடவு, திருச்சூர், ஆலப்புழா வழியாக கொல்லம் போய்ச் சேர்ந்தேன். உமாசங்கரும், உஷாவும் எதிர் புறத்தில் உள்ள பேருந்து நிறுத்தத்தில் அப்போது வந்த மைசூரு மார்க்க பேருந்தில் ஏறிச் சென்றனர். கன் மேன் தன் வழியில் சென்றார்.

பின்னர் நண்பர் சீனாவிடம் (ஸ்ரீனிவாஸ்) பேசும்போது, மரி என்றால் கன்னடத்தில் குட்டி என்று அறிந்தேன். கன் மேன் தலைதெறிக்க ஓடிய காரணம் புரிந்தது. எல்லோரும் குட்டியுடன் இருக்கும் யானை தாக்கும் வாய்ப்பு அதிகம் என்பர். காரணம், குட்டியைப் பாதுகாக்க வலிந்து தாக்குவது ஒரு தந்திரம் ஆகும். அவர் எந்த இடர் எதிர்கொள்ளவும் தயாரில்லை.

பெரும்பாலும் சாந்த குணம்தான் என்றாலும் நிலைமையோ மனநிலையோ சரியில்லை என்றால் ஒரு யானை என்ன செய்யும் என்பதை யாராலும் கணிக்க முடியாது. இங்கு நாங்கள் தாக்கப்படத்தான் சாத்தியக்கூறுகள் அதிகம். ஆனால், நாங்கள் நேர்கொண்ட யானைகள் அமைதியை விரும்பின. மேலும் நாங்கள் கத்திக் கூப்பாடு போடவில்லை, இங்கும் அங்கும் ஓடி அவற்றைப் பயமுறுத்தவில்லை, கன்மேனைத் தவிர! உறைந்து போய் நின்று விட்டோம். கன் மேனும் அந்த இடத்தைவிட்டு ஓடியே விட்டார்... நல்ல வேளையாக எதிர் திசையில்.

துப்பாக்கி இருப்பதோ அல்லது ஆயுதம் இருப்பதோ பெரிய லாபம் இல்லை, அதைப் பயன்படுத்தத் தேவையான மன நிலை இல்லாதவரை. எங்களது கன் மேனும் சரி, சமீபத்தில் நடந்த சம்பவ கன் மேனும் சரி, வேண்டிய மனநிலையில் இல்லை. எங்களுக்கு மற்றொரு அனுகூலம், எங்கள் கன் மேன் சுடவேயில்லை. அதனால் யானைகள் கிலேசம் அடையவில்லை. இப்படி எல்லாம் இந்த நேரத்தில் நாம் அலசி ஆராயலாம், போஸ்ட் மார்ட்டம்போல. என்னைப் பொறுத்தவரை, இது இறைவனின் அருள் என்றுதான் சொல்வேன். காரணம், நான் தாக்கப்படுவதற்கு இருந்த சாத்தியக்கூறுகள் நூறு சதவீதம். அதிலும், ஜனவரியில் யானை விரட்டி அடிபட்ட வலது காலுடன் வேறு இருந்தேன். ஓட நேர்ந்திருந்தால் என்ன நடந்திருக்கும் என்றே சொல்லமுடியாது. இப்படிப் பல முறை நடந்திருக்கிறது.

24. கொண்டை உழவாரன்

பில்லூர் பரலி வளாகத்தில் பறவை நோக்கல் எப்போதும் ஒரு ரசமான அனுபவம்தான். ஏனெனில், மிக அமைதியாக, அதே நேரம் கூட்ட நெரிசல் இல்லாமல், நாம் சொற்பமான குடியிருப்புகளைச் சுற்றியுள்ள காடுகளில் சுவாதீனமாக அலைந்து திரியலாம். என்னைப்போல நடைக்கு அஞ்சாதவர்கள் என்றால், வெகு தூரம் பரந்து கிடக்கும் தார் சாலைகளில் மனம் போன போக்கில் சென்று வரலாம். அதன் மூலம் பலதரப்பட்ட வாழிடங்களையும் அங்குக் கோலோச்சும் பறவையினங்களையும் பார்க்கலாம்.

சில இடங்கள் திறந்த வெளியாக இருக்கும்; சில அடர்த்தியான காடுகளாக இருக்கும்; சில இடங்களில் நெடிதுயர்ந்த மரங்கள் இருக்கும்; சில இடங்கள் மலைச் சரிவுகளாக இருக்கும்; சில ஆல், இச்சி போன்ற மரங்களைக் கொண்டிருக்கும். இப்படிப் பலவித நுண்ணிய அல்லது சிறு சிறு வாழிடங்களைக் கொண்ட ஒரு பெருங்காடு இந்த வளாகம்.

நெல்லித்துறையில் இருந்து நீலகிரி மலையின் தென் பகுதி அடிவாரத்தைத் தழுவியவாறு பவானி நதியை உள்ளடக்கி, முள்ளியை அணைத்து, குந்தா வழியாக மேல் பவானி வரை செல்லும் இந்த மலைத் தொடர், நீலகிரியின் வெகு எழிலான பகுதியாகும். காடுகளைக் குறித்து பெரிதும் பேசும் 'சாம்பியன் அண்டு சேத்' புத்தகத்தில் காணும் அனைத்து வகைக் காடுகளையும் இங்குக் காணலாம், பனிப் பிரதேசக் காடுகளைத் தவிர! இந்தப் பிரதேசம் இயற்கையாளர்களின் சொர்க்கம்.

மலைப்பாங்கான பகுதி என்பதால், வழியோ அல்லது தார் சாலைகளோ வளைந்தும் நெளிந்தும் காடுகளுக்கு நடுவே செல்லும். இருபுறமும் நாம் பறவைகளைக் கண்டவாறு மெதுவாகவும், பொறுமையாகவும் செல்லலாம். குடியிருப்பை அடுத்துள்ள காடுகளில் குறைந்தது மூன்று வகைக் கரிச்சான்களை காணலாம். குடியிருப்புகளில் உள்ளவர் வீசி எறியும் உணவுத் துணுக்குகளை உண்பதற்காக அவை அங்கிருக்கும் மின்விளக்குக் கம்பங்களில் அல்லது சுவர்களில் அமர்ந்து கிரீச்சிட்டுக் கொண்டிருக்கும். யாராவது கருங்கரிச்சான், வெண்வயிற்றுக் கரிச்சான், சாம்பல் கரிச்சான் இவற்றுக்குள்ள வேற்றுமையைக் கண்டறிய வேண்டும் என்றால், இங்கு வந்தால் போதும்! அவை இரவில் வெகு நேரம் வரை மின் விளக்கின் ஒளியில் பூச்சிகளைப் பிடித்துக் கொண்டிருப்பதையும் ரசிக்கலாம். என்ன, அந்தி சாய்ந்த இரண்டு மணி நேரத்திற்குப் பின் உலவுவது பெரும் ஆபத்தில் முடியலாம்! யானையார் எந்த மூலையிலும் நின்று நோட்டம் விட்டுக் கொண்டிருக்கலாம்!

சற்று மேலே சென்றால், நீர் சுத்திகரிப்பு நிலையம் அருகில், ஈப்பிடிப்பான்கள் (Fly Catcher), பஞ்சுருட்டான் (Bee Eater), சிலம்பன்கள் (Poplar) மற்றும் புல்புல்களைக் காணலாம். சில நேரம், சாம்பல் இருவாயனைக் காணலாம். மாலையில், கிட்டத் தட்ட எல்லாப் பறவைகளும் அங்கே சங்கமம் ஆகும். காரணம், நீரருந்த மற்றும் ஒரு குளியல் போட! ஆங்காங்கே கிடக்கும் குட்டைகளில் அல்லது நீர் ஒழுகும் கல் பாதையில் அவை ஆனந்தமாகக் குளிக்கும் காட்சியைக் காணக் கண் கோடி வேண்டும்! அந்த இடமே ஒரு பரவச அதிர்வலைகளில் இயங்கும்! மின்னல் போல அவை பல வண்ணங்களில் ஆடிக் கொண்டும், பாடிக் கொண்டும், அங்குமிங்கும் ஊடாடிக் கொண்டும் இருப்பதைக் காணக் கொடுத்து வைத்திருக்க வேண்டும். மனம் நிறைந்து, மோன நிலை போன்ற ஒரு கிளர்ச்சியை உணர முடியும்! எல்லாம் ஒரு பத்துப் பதினைந்து நிமிடங்கள்தான். அவை கூடு அடையச் சென்ற பின் அங்கு மயான அமைதி நிலவும். மெல்லிய பின்னணி இசைபோல நீரின் ஒழுகும் ஓசை மட்டும் கேட்கும். எங்கோ ஓர் ஆந்தை அலறும் ஓசை கேட்கும். மானின் எக்காள ஒலி கேட்கும். கீழிருந்து புனல்மின் நிலைய சங்கு ஊதும். வீடு திரும்ப வேண்டும் என்று உணர்த்தும்!

இங்குதான் நான் கொண்டை உழவாரன்களை (Crested Treeswift) அத்தனை அருகில் முதலில் பார்த்தேன். சிறிய, ஆனால், மிக

அழகான பறவை அது. எனது நாக்பூர் நண்பர் சுரேந்திர அக்னிஹோத்ரி அதன் மிக அழகான ஒரு படத்தை எடுத்திருக்கிறார். பனை உழவாரனை விடப் பெரியது, ஆனால் நீண்ட வாலுடன் சற்றே அதிக விரிவான வில் போன்ற இறகு அமைப்பைக் கொண்டது. கறுப்பும், சாம்பல் நிறமும் கொண்ட உடல்; ஆணுக்குக் கன்னத்தில் ஒரு சிவப்புத் திட்டு இருக்கும்; அமர்ந்திருக்கும்போது நீண்ட வால் கத்திரி போலக் குறுக்காக இருக்கும். எந்நேரமும் பறந்து கொண்டிருக்கும். மரக் கிளைகளின் நுனியில் அமரும்; கூடும் வைக்கும். குட்டை வால் கிளியின் குரலை ஒத்த ஒலி எழுப்பிக்கொண்டு காட்டில் மரங்களின் இடையே, திறந்த வெளிகளில் பறந்து இரை தேடும். சின்னச் சின்னப் பூச்சிகள், கொசுக்கள், தட்டான்கள் போன்றவற்றைப் பறந்து செல்லும்போதே பிடித்து உண்ணும். அதற்கேற்றார்போல அதன் வாய் விரிந்திருக்கும். பறக்கும் திறன் நம்மை வியக்க வைக்கும்! உண்மையில், மிதப்பது போன்ற எண்ணத்தைத் தரும். கிளைகளின் ஊடே அவை திரும்பி, சாடி, பறக்கும் அழகே தனி!

சாலிம் அலி அவற்றின் பறக்கும் திறனை வெகு அழகாக விவரிப்பார் – '... பூச்சிகளை வேட்டையாடுவதில் நளினமாகப் பாய்ந்து செல்லும் திறமை மற்றும் வேக வேகமாகத் திரும்பி வளைந்து செல்லும் திறமைகளைக் கொண்டது. நளினமான வளை கோட்டுப் பாதையில் கானக நீர் நிலைகளில் பாய்ந்து இறங்கி நீர் அருந்திவிட்டு அதே வேகத்துடன் மேலேறிச் செல்லும்.' அந்த வி போன்ற இறகு அமைப்புடன் அவை திரும்பும்போது, ஒரு விமானம் எப்படிக் காற்று மண்டலத்தில் செல்லுமோ அது போல இருக்கும்; ஆனால் இது மிகச் சிறியது. அப்படித் திரும்பும்போது அதன் வால் ஒரு சுக்கான் போலச் செயல்படுவதைப் பார்க்கப் பிரமிப்பாக இருக்கும்! அதே வேகத்தில் பறக்கும் பூச்சிகளைக் கபளீகரம் செய்வது அதைக் காட்டிலும் அழகோ அழகு! இவற்றை மிஞ்சும் வகையில் அவற்றின் கூடு வைக்கும் திறன் இருக்கும்! சட்டென்று பார்த்தால் தெரியாத அளவிற்கு ஓர் உலர்ந்த கிளையின் நுனியில் அது இருக்கும்! ஒருமுறை, மேலே சர்ஜ் ஷாப்ட் போகும்போது காவலர்

(பாதுகாப்புக்கு போலீஸ் படை உண்டு) அறை வளைவுக்கு முன்னால் வலது புறம் இருந்த மரத்தின் உலர்ந்த கிளையின் நுனியில் ஒரு பந்து போன்ற அமைப்பைக் கண்டேன். மரப்பாசி போன்ற நிறத்தில் அது இருந்தது. உலர்ந்த கிளையில் பாசி வர வாய்ப்பில்லையே என்று யோசித்துக் கொண்டு ஒரு பத்து நிமிடம் நின்றேன்.

சிறிது நேரத்தில், நண்பன் கொண்டை உழவாரன் அந்தக் கிளை நுனியில் இருந்த மரப்பாசியின் அருகே அமர்ந்தான். மெதுவாக அலகால் சற்று அதைச் செப்பனிட்டான். எனக்கு இன்னும் சுவாரஸ்யம் கூடியது. அடுத்த அரை மணி நேரத்தில் ஆணும், பெண்ணும் குறைந்தது ஒரு பத்து முறை வந்து அங்கு அந்தப் பாசி போன்ற கூட்டை கிளையில் ஒட்ட வைத்தது! நமது பறவை ஆய்வு பிதாமகர் சாலிம் அலி இருக்கும்போது நமக்கென்ன கவலை? அன்று வீட்டிற்கு வந்ததும் 4ஆம் தொகுப்பில் உள்ள கொண்டை உழவாரன் என்ற தலைப்பில் இருந்த விஷயத்தைப் படித்துப் பிரமித்துப் போனேன்! மரத்தின் மெல்லிய பட்டை மற்றும் இறகுகளைக் கொண்டு தனது எச்சிலையும் சேர்த்துக் குழைத்து உலர்ந்த கிளை நுனியில் ஒரு கிண்ணம் போன்ற அமைப்பை உருவாக்கி அதனுள் முட்டை இட்டுக் குஞ்சு பொரிக்கும் என்று வெகு தெளிவாகக் குறிப்பிட்டிருந்தார். நான் பறவை எச்சிலால் கூட்டைப் பிணைக்கும்போது அங்கிருந்திருக்கிறேன்! அதுதான் சின்ன மரப்பாசி திட்டு போலத் தெரிந்தது என்று புரிந்தது!

அடுத்த முறை போகும்போது, பெண் கொண்டை உழவாரன் அடை காத்துக் கொண்டிருந்ததைக் கண்டேன். அதன் பின், குஞ்சுகள் வெளி வந்த பிறகுதான் போக இயன்றது. மிகச் சிறிய குஞ்சுகளுக்கு இரை கொடுப்பதைக் காணப் பேரானந்தமாக இருந்தது! காற்றிலும், மழையிலும் அவை எங்ஙனம் பிழைத்து வாழ்கின்றன என்றெண்ணி வியக்காமல் இருக்க முடியவில்லை. சின்னச் சின்ன முடிச்சுகள் போல அவை அமர்ந்திருந்த விதம்; பெற்றோர் ஓடி ஓடி இரை தந்த விதம்; குட்டிக் கிண்ணம் போன்ற கூட்டில் பயமின்றி அவை நெருக்கிக் கொண்டு இரையைப் பெற்ற விதம் என்று நான் மூன்று நான்கு வாரங்களை இதற்காகவே செலவிட்டேன்! மறக்க முடியாத ஒரு நிகழ்வு அது. எங்குக் கொண்டை உழவாரன்களைக் கண்டாலும், இந்த நிகழ்ச்சி என் நினைவில் நிழலாடும். அந்த அற்புதமான அனுபவம் என்னைச் சூழும்!

25. புள்ளிச் சில்லையும் உடல்மொழியும்

அன்று காலை மொட்டை மாடிக்குத் தண்ணீர்த் தொட்டி பராமரிப்புக்குப் போகும் பொழுது, கைப்பிடிச் சுவருக்கு இணையாகச் செல்லும் மின்கம்பியில் ஒரு சிறிய பறவை வந்து அமர்ந்தது. குருவியாக இருக்கும் என்று அசட்டையாக நான் விட்டுவிட்டேன். தொட்டியைக் கவனித்து விட்டு இறங்கும் போது, மேலும் ஒரு சிறிய பறவை வந்து முன்பே இருந்த பறவையின் அருகே அமர்ந்தது. சிட்டுக்குருவி என்றால் சற்றே குண்டாகவும், கட்டையான வாலும் கொண்டிருக்கும். இவையோ நல்ல ஒல்லியான உடலுடன், சற்றே செந்நிறம் கூடுதலாக, சன்னமான வாலுடன் இருந்தன.

படியில் இறங்காமல், அப்படியே சற்று உற்றுக் கவனித்தேன். வெகு அருகில்தான் அவை இருந்தன. அதனால், பைனாகுலர் தேவைப்படவில்லை. தேன்சிட்டு போன்ற உடல்; முதுகுப்புறம் சிவப்பு; தொண்டையில் இருந்து மார்பு, வயிறு வெண்ணிறத்தில் புள்ளிகளுடன்; வால் சன்னமாகவும் நீண்டும் இருந்தது. எந்தவிதக் குழப்பமும் இல்லாமல் அடையாளம் காணக்கூடிய கூம்பு வடிவ மூக்கு அது சில்லை (முனியா - Munia) என்பதைத் தெளிவுபடுத்தியது. இவனுக்கு இங்கு என்ன வேலை என்ற கேள்வி அடுத்து எழுந்தது!

கீழே போய் மற்ற வேலைகளைக் கவனிப்பதைத் தள்ளிப்போட்டேன். பின், பறவை நோக்கல் என்றால் என்ன அர்த்தம்? இதுபோன்ற நேரங்களில் நாம் அசிரத்தையாக இருந்து

விட்டால், நல்ல நிகழ்வுகளை இழந்து விடுவோம். நண்பர் மனோஜ் பற்றிய தகவலை நேற்றுதான் படித்தேன். அவர் வயநாட்டில், நாய்க்கட்டி என்ற இடத்தில் வசிக்கும் காப்பித் தோட்டக்காரர். அவரது எஸ்டேட்டில் உள்ள நெடிய மரங்களில் பல வேட்டையாடிப் பறவைகள் கூடு வைப்பதுண்டு. அவற்றை அவர் குறிப்பெடுத்துப் பின்னர் பறவையியல் இதழ்களில் வெளியிடுவார். கடந்த வருடம் ஒரு லெக்கி கொண்டைப் பருந்தின் (Legge's Hawk Eagle) கூட்டை எஸ்டேட்டில் கண்டுபிடித்தார். உடனே அவரும் அவரது மகனும், அதன் கூட்டில் நடக்கும் நிகழ்வுகளைப் படம் மற்றும் குறிப்பு எடுக்க ஒரு மறைவை (ஹைட் – Hide) கூடு இருந்த மரத்தின் எதிரே இருந்த மற்றொரு மரத்தில் 80 அடி உயரத்தில் கட்டி, கிட்டத்தட்ட மூன்று மாதங்கள் அதே வேலையாக இருந்து ஓர் அற்புதமான கட்டுரையை இந்தியப் பறவைகள் என்கிற இதழில் வெளியிட்டுள்ளார்! அந்த அபூர்வப் பருந்தின் வளர்ப்பு முறை; குடும்ப கவனிப்பு; குஞ்சு பராமரிப்பு; எனப் பல தகவல்கள் விஞ்ஞான உலகிற்குக் கிடைத்துள்ளன. அப்படி இருக்கும்போது, நான் ஒரு சில மணி நேரம் சில்லைகளுக்காகச் செலவிடக்கூடாதா, என்ன?

முதலில் வந்து அமர்ந்தது ஆண் என்று நினைக்கிறேன். அடுத்து வந்து அமர்ந்தது பெண் என்று நினைக்கிறேன். இவற்றில் ஆண், பெண் பேதம் கண்டுபிடிப்பது கடினம். சற்றுப் பயமின்றி ஓடிச் சாடினால், ஆணாக இருக்கும்! இரண்டும் அப்படியே மின்கம்பியில் என்னைப் பார்த்தபடி சற்று நேரம் இருந்தன. பின் ஆண் சற்றுத் தொலைவில் சென்று அதே கம்பியில் அமர்ந்தது. பெண் உடனே பறந்து சென்று முன் போல ஆணின் அருகே, அதே அளவு இடைவெளி விட்டு அமர்ந்தது! சற்று நேரம் அவ்வாறு போனது. பின்னர் ஆண் கிளம்பி, அடுத்த வீட்டு எதிரே உள்ள மின் கம்பியில் அமர்ந்தது. பெண்ணும் தொடர்ந்தது! எனக்கு இந்த விளையாட்டில் ஆர்வம் வந்துவிட்டது! சற்று மறைவில் இருந்த நான் கைப்பிடிச் சுவரில் அமர்ந்து கொண்டு பார்க்கத் தொடங்கினேன். இன்னும் இரண்டு முறை இந்த இடம்

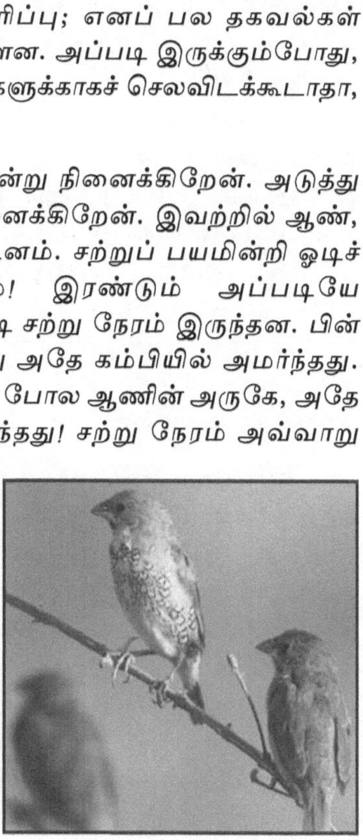

மாறும் விளையாட்டு தொடர்ந்தது. இப்போது அவை அடுத்த வீட்டைத் தாண்டி, இரண்டாம் வீட்டின் முதல் மாடியில் இருக்கும் குடியிருப்பின் ஜன்னலின் எதிரே இருந்தன. அந்தக் குடியிருப்பில் பல வீடுகளில், ஜன்னல்கள் மூடியே இருக்கும். இந்தச் சில்லைகள் எதையோ தேடி அங்கு போகின்றன என்று நான் உணர்ந்தேன். அது என்னவாக இருக்கும் என்று யோசிக்கத் தொடங்கினேன்.

அந்த ஜன்னல்கள் பழங்கால முறையில் அமைந்தவை அல்ல. தற்காலப் பாணியில், நகரும் சாளரங்கள். அங்கு கூடு வைக்க இயலாது. வேறு ஏதாவது கம்பி அல்லது தொங்க விடக்கூடிய அமைப்பு இருக்கிறதா என்று யோசிக்கத் தொடங்கினேன். காரணம், அவை பந்து போன்ற கூடுகளைக் கிளையின் இடையில் வைக்கும் இயல்புடையவை. அதற்கான அமைப்பு அந்த இடத்தில் இருக்க வாய்ப்பே இல்லை. இப்படி நான் யோசித்துக் கொண்டு, அவற்றைக் கண் பார்வையிலேயே வைத்திருந்தேன். அப்போது சடாரென்று ஆண் ஜன்னலுக்குள் பாய்ந்து சென்றது! என்னால் எங்கே சென்றது என்பதைத் தெளிவாகப் பார்க்க இயலவில்லை. காரணம் ஜன்னல் நான் இருந்த வாடையில், உள்ளடங்கி இருந்தது. ஒருவேளை நேர் எதிரே இருந்திருந்தால், பார்த்திருக்க முடியும். போன வேகத்தில் ஆண் சில்லை மூக்கில் எதையோ கொண்டு வந்து எதிரில் இருந்த காலி மனையை நோக்கிப் பறந்தது; பெண்ணும் பின்தொடர்ந்தது! ஒரு துப்பறியும் கதை நல்ல இடத்தில் 'தொடரும்' என்று முடிந்தது போல இருந்தது! எப்படியும் நான் அந்த வழியில்தான் எனது காலை உணவைச் சாப்பிடப் போகவேண்டும். அப்போது கொஞ்சம் நெருக்கமாகக் கவனிப்போம் என்று முடிவு செய்தேன்.

போகும்போது ஜன்னலுக்கு நேரே நின்று நன்றாகப் பார்த்தேன். எந்த ஓர் அமைப்பும் இல்லை என்பதோடு, கூடு வைக்க லாயக்கே இல்லாத இடம் அது என்று தெரிந்தது. சில்லை வீட்டின் உள்ளிருந்தோ அல்லது ஜன்னல் சட்டத்தில் இருந்தோ எதையோ கொண்டு சென்றிருக்க வேண்டும் என்பது புரிந்தது. அது தானியமாக இருக்கலாம்; அல்லது ஒட்டடையாக இருக்கலாம். காரணம், ஜன்னல் திறந்திருந்தது. சில்லைகளின் நடத்தை இது ஒரு காதல் முன் விளையாட்டு என்பதுபோல எனக்குத் தோன்றியது. காரணம். இதுபோல் ஒவ்வொரு படியாக முன்னேறிச் செல்வதும், எச்சரிக்கையாகச் செயல்படுவதும், இது

ஒரு பழக்கப்பட்ட செயல் என்று உணர்த்தியது. நான் இன்றுதான் இந்த நிகழ்வைக் காண்கிறேன் என்றும் பட்டது. எது வரை எனது கணிப்பு சரி என்பதை நாளைய நிகழ்வு உணர்த்தலாம் அல்லது மாலையில் சற்று நேரம் நோக்கினால் தெரியலாம்! இந்தப் புதிரை விடுவிக்கும் வரை எனக்குத் தூக்கம் வருமா என்று தெரியவில்லை! என்ன, சற்று மெனக்கெட வேண்டும்; வெயிலில் வாட வேண்டும்; மற்றவர்கள் ஏளனமாகப் பார்ப்பதைப் பொருட்படுத்தாமல் இருக்க வேண்டும்! செய்வோம்!

தொடர்ந்து இரண்டு நாட்கள் தவமிருந்தும் பயனில்லை. அவை எப்போது வருகின்றன என்று கண்டுபிடிக்க இயலவில்லை. நான்தான் தவறாகப் புரிந்துகொண்டு மொட்டை மாடியில் கிடக்கிறேனோ என்றும் தெரியவில்லை. இரண்டாம் நாள் இரவு கூகுளில் சென்று புள்ளிச் சில்லையைப் பற்றிய குறிப்புகளைத் தேடினேன். கோகுலாவின் இனப்பெருக்கம் மற்றும் கூடு கட்டும் முறை பற்றிய ஒரு குறிப்புதான் தமிழ்நாட்டு நடப்பு பற்றியது. மற்றவை எல்லாம் இந்தியத் துணைக் கண்டத்தில் பல இடங்களில் அவதானித்தவை. குருநாதர் சாலிம் அலி இது குறித்து விலாவாரியாக ஏதும் எழுதவில்லை. எனவே நான் அந்தக் குடும்பத்தின் பழக்க வழக்கங்கள் பற்றிச் சற்றுத் துருவிப் பார்த்தால், ஏதாவது துப்பு கிடைக்கும் என்று தோன்றியது. கூம்பு அலகு குடும்பத்தின் நடத்தை (behaviour) குறித்து அலச ஆரம்பித்தேன். அது ஒரு நல்ல முடிவு என்பதை விரைவிலேயே உணர்ந்தேன்!

எப்படி மனிதர்களுக்கிடையில் உடல்மொழி பெரும் பங்கு வகிக்கிறதோ, அதுபோல விலங்குகள், பறவைகள் இவற்றுக்கிடையே உடல்மொழி பெரும் பங்கு வகிக்கிறது! அதற்கிணங்க, நான் கண்ட இரு பறவைகளும் புள்ளிச் சில்லை ஆணும், பெண்ணும் என்பதும், காதல் வயப்பட்டவர்கள் என்பதும் புலனானது! அதனால்தான், ஒன்றின் நெருக்கத்தை மற்றொன்று விரும்பியது! இல்லை என்றால் அது சண்டையில் முடிந்திருக்கும். அவை இரண்டும் இன்னும் புணர்ந்து, கூடு வைக்க வில்லை; அதன் முன்பாகமான களவியல் காலத்தில் இருக்கின்றன என்று புரிந்தது!

விரைவில் அவை புணர்ந்து கூடு வைக்கலாம். ஆனால், என்னால் கூட்டைப் பார்க்க இயலுமா என்பது சந்தேகம்தான்! காரணம், அவை இரண்டாம் வீட்டு ஜன்னலில் இருந்து நேரே பகவதி

விலாஸ் வீட்டின் காலி இடத்தில் மண்டிக் கிடக்கும் புதர்களின் ஊடே பறந்து சென்றன. அந்தக் காலி இடத்தில், பேய் அத்தி, எருக்கு, ஆமணக்கு, குப்பைமேனி போன்ற பல முன்னோடி தாவரங்கள் பெருகிக் கிடந்தன. அது போதாது என்று ராவ் வீட்டின் பின்புறம் அந்தக் காலி இடத்தில் வந்து சேர்கிறது. அவர் வீட்டுப் புழக்கடை ஒரு கட்டுக்குள் இல்லாத புதர்க்காடு! இவற்றுக்குள் போக இயலாதவாறு முள்கம்பி வேலி மற்றும் கட்டடங்களின் இடிபாடுகள். மேலும், இரண்டு வீட்டிலும் ஆளில்லாததால், வெளி ஆட்கள் செல்வதைச் சுற்றியுள்ள வீட்டுக்காரர்கள் விரும்புவதில்லை, பாதுகாப்பு கருதி! இதை நான் சங்கரனின் பேச்சில் இருந்து அறிந்தேன்! ‘மாமா, சுத்தி வீடுங்க இருக்கு. யார் வர்ரா, போறான்னு தெரியறதில்ல. நீங்க பாட்டுக்கு பைனாகுலர் எடுத்திட்டு சுத்தினா...’ என்று இழுத்தார்!

முன்பே, ஷிக்ராவின் கூட்டை இதே காரணங்களால்தான் சென்று நோக்க இயலவில்லை. அந்தக் கூடும் இந்தப் பகுதியில் இருக்கும் மாமரத்தில்தான் இருந்தது! என்னுடைய கணிப்பு சரி என்றால், சில்லைகள் அந்தப் புதர்க்காட்டில் அங்கொன்றும் இங்கொன்றுமாக நிற்கும் எலுமிச்சை மரத்தில் கூடு வைக்கலாம் என்று நினைக்கிறேன். ஆனால், அவ்வளவு எளிதில் என்னால் விடை காண முடியும் என்று தோன்றவில்லை! நாய்க்கட்டி மனோஜைப் போல, எனக்குப் பகவதி விலாஸ் வீட்டின் காலி இடம் சொந்தம் இல்லையே! என்ன செய்ய?

26. பாரிஸ் மயில் அழகி

பில்லூர் பரலி வளாகத்தில் நான் பறவைகளைத் தேடி உலாவும்போது, பல சுவாரஸ்யமான நிகழ்வுகள் நடக்கும். அவற்றை எல்லாம் காணாமல் போக இயலாது. அந்தப் பிரதேசத்தில் பல உயிரினங்களைக் காண வாய்ப்பு கிட்டும். அப்போதெல்லாம், கண்ணை மூடிக்கொண்டு போக முடியாது! குறிப்பாக, மழைக் காலங்களில் (அது தென்மேற்கு அல்லது வடகிழக்கு ஆக இருக்கலாம்) வறண்டு கிடக்கும் நிலம் பச்சைப் புல் போர்த்தி நீரோடைகள் ஓடும் இடமாகும்; தாவரங்கள் பசுமையாகக் கண்ணுக்கினிய விருந்தளிக்கும்; குளிர் காற்று மெல்ல வீசும்; வெயில் சுட்டெரிக்காமல் இதமாகத் தெரியும். வண்ணத்துப் பூச்சிகளின் வரவு, இந்த அழகினை மேலும் அதிகரிக்கச் செய்யும். காட்டின் ஆபரணங்கள் (jewels of the forest) என்றறியப்படும் இந்த வண்ணத்துப் பூச்சிகள், இந்தக் காலத்தில் பலவித வண்ணங்களில் அங்குமிங்கும் ஊடாடித் திரியும். போதாக்குறைக்கு, உண்ணிச் செடி இந்த நேரத்தில் பூத்துக் குலுங்கும்! இந்த வெளிநாட்டுத் தாவரம் நமது காடுகளில் பெரிதும் ஊடுருவி இருக்கும் ஒரு களைச்செடி. விரும்பத்தகாத ஒரு களைச்செடிதான் என்றாலும், தற்போது இவை இல்லாத இடமே இல்லை என்பதோடு, பல பறவைகள், பூச்சிகள் இவற்றின் பூ, தேன், பழங்களை உணவாக ஏற்றுக்கொண்டு விட்டன. அழகான நிறங்களில் (வெள்ளை, மஞ்சள், சிவப்பு, ரோஜா) உள்ள சிறிய பூக்கள் வண்ணத்துப் பூச்சிகளின் பிரதான உணவு இந்தக் காலங்களில்.

கொடியூர் செல்லும் சின்னப் பாலத்தைக் கடந்து வலது புறம் திரும்பி பழைய தார்ச் சாலையில் நடந்தால், நீர்த் தேக்கத்தின் மதில் சுவரின் கீழ் உள்ள வழியில் குடியிருப்புகளை நோக்கிச் செல்லும் சாலையை அடையலாம். அப்படியே சென்று மனமகிழ் மன்றத்தையும் பள்ளிக்கூடத்தையும் கடந்து பேருந்து வரும் வழியை அடையலாம். கிட்டத்தட்ட 4 கி.மீ. தொலைவுள்ள ஒரு வட்டப்பாதை இது. இந்தப் பாதையில் ஒரு சுற்றுச் சுற்றினாலே பல அவதானிப்புகள் கிடைக்கும். மழை நேரங்களில் வேறு வழிகளில் போவதைக் காட்டிலும், இது சற்றே நல்ல பாதை. ஏனெனில், சேறும், சகதியும் அதிகம் இருக்காது. நிதானமாக நின்று பார்த்துக் கொண்டு போகலாம். என்ன, உண்ணிச் செடிகள் மிகவும் அடர்ந்து கிடக்கும் பகுதி இது. பாதையின் இரு மருங்கிலும் மண்டிக் கிடக்கும் என்பதோடு சில இடங்களில் நல்ல உயரத்திற்கும் வளர்ந்து கிடக்கும். இதனால், வெகு ஜாக்கிரதையாக நாம் செல்ல வேண்டும். காரணம், இவற்றின் பின்னே என்ன இருக்கும் என்று பட்டென்று அனுமானிக்க இயலாது! கரடிகள், காட்டெருமைகள் சாதாரணமாக இங்கு உலவும்! எப்போதாவது யானையார் வருவார்! இங்குள்ள பழங்குடிகள் சொல்வது போல 'சாமியார்' வருவதே தெரியாது! நாம்தான் பார்த்துப் போக வேண்டும்!

நான் சொன்னதுபோல முதல் மழையிலேயே காடு பச்சைப் பசேல் என்று ஆகி விடும். தாவர உண்ணிகளுக்கு விருந்து தொடங்கி விடும்! அதேபோல வண்ணத்துப் பூச்சிகளின் வலசை ஆரம்பித்து விடும். மழை நன்றாக இருந்தால், ஜூலை மாத இறுதியிலேயே வலசை தொடங்கி விடும். ஆகஸ்ட் செப்டெம்பருக்குள் புது வண்ணத்துப் பூச்சிகள் வெளி வந்து விடும். உண்ணிச் செடிகளின் மேல் அவை தேன் குடிக்கும் அழகை, கைக்கெட்டும் தொலைவில் நின்று காணக் கண் கோடி வேண்டும்! பல வித வண்ணங்களில் சிறிதும் பெரிதுமாக அவை அப்பிக் கிடப்பதைக் கண்டால் மனம் நிறைந்து விடும்! குறிப்பாக, பெரிய பாப்பிலோன் வகை வண்ணத்துப் பூச்சிகள் மிகவும் அழகானவை. மிகக் கவர்ச்சிகரமான சிறகமைப்பு; வண்ணங்கள்; வடிவமைப்பு; இவற்றால் தெளிவாகப் பிரித்தறிய முடியும். ஏன் 'ஜுவல்ஸ் ஆப் த பாரெஸ்ட்' என்கிறார்கள் என்று புரியும்! மிக்கவாறும், நீலம், பச்சை, சிவப்பு, கருநீலம் மற்றும் சந்தன நிறம் இவற்றின் ஒரு தொகுப்பாக அல்லது கலவையான அழகிய பட்டாடை போல இருக்கும்!

நாம் சாதாரணமாகப் பார்க்கக் கூடிய சாதா ரோஜா, மோர்மோன், ஸ்வாலோ டெயில், போன்றவை தவிர அளவில் பெரிய கண்ணைப் பறிக்கும் நிற அமைப்பைக் கொண்ட ரெட் ஹெலென், லைம், பேர்ட் விங்க், மயில் அழகிகள் போன்றவற்றையும் காணலாம். மயில் அழகிகள் பீகாக் இனத்தைச் சார்ந்தவை. மயிலின் கழுத்து அல்லது தோகை போல பல வண்ண ஜாலங்களைக் காட்டும் சிறகமைப்பு கொண்டவை. இந்த ஒட்டுமொத்த அழகிய வண்ணத்துப் பூச்சிகளும் பாப்பிலோனிடே குடும்பத்தைச் சார்ந்தவை. இவற்றைக் காண இது ஒரு நல்ல இடம் என்பதோடு, மிகவும் அமைதியான, பாதுகாப்பான பிரதேசம். என்ன, ஓர் அனுமதி மட்டும் வனத் துறையிடம் இருந்து பெற்றுக் கொண்டால், எந்தப் பிரச்னையும் இருக்காது. இப்படித்தான் நான் பறவைக் காதலில் இருந்து வண்ணத்துப் பூச்சிக் காதலிலும் விழுந்தேன்! எல்லாம் அழகின் சிரிப்புதானே! பின் காதலிக்க என்ன தடை? A thing of beauty is a joy forever, அல்லவா? வண்ணத்துப் பூச்சிகளை எனக்கு அறிமுகம் செய்து வைத்தவர் செல்வி. மீனா ஹரிபல். நான் மும்பையில் இருந்த போது அவருடன் வண்ணத்துப் பூச்சி கணக்கெடுப்புக்குப் பலமுறை சென்றதுண்டு. முதல் குரு அவர். பின்னர் பாவை பானுமதியுடன் சில பயணங்களில் ஒரு சில விஷயங்களைக் கற்றுக் கொண்டேன். இருப்பினும் அவர்கள் அளவிற்கு பாண்டித்தியம் கிடையாது! இது எனக்கு இரண்டாம் பட்சம்தான்.

இயல்பாகவே அழகாக இருக்கும் லாண்டனா (உண்ணிச் செடி) பூக்கள் ஒரு போர்வை போலப் பாதையின் இரு மருங்கிலும் பரவி இருக்கும். அவற்றின் மேல் பல நிற வண்ணத்துப் பூச்சிகள் சிறகடித்தும், அமர்ந்தும் இருக்கும் காட்சி, வெகு ரம்மியமாகப் பொலியும். இப்படி எந்த வண்ணத்துப் பூச்சியைப் பார்ப்பது, விடுவது என்று தெரியாது! அத்தனை வண்ணத்துப் பூச்சிகள் பறந்த வண்ணம் இருக்கும். அது ஒரு காலை நேரம். அதிகாலை இல்லை என்றாலும், மதிய நேரமும் அல்ல. சுமார் ஒன்பது மணி இருக்கலாம். வெயில் சற்றே சுள்ளென்று உறைக்கத் தொடங்கிய நேரம். வண்ணத்துப் பூச்சிகளுக்கு வெயில் வேண்டும். அப்போதுதான் அவை சுறுசுறுப்பாகச் செயல்படத் துவங்கும். நான் கண்ணெதிரே விரிந்து கிடந்த அழகைப் பருகியவாறு மெதுவாக நடந்து வந்துகொண்டிருந்தேன். இடப்புறம் இருந்த உண்ணிச் செடியில் ஒரு பெரிய வித்தியாசமான ஒரு வண்ணத்துப் பூச்சியைக் கண்டேன். முதல் பார்வைக்கு மலபார் பாண்டெட்

பீகாக் போல இருந்தது. உண்ணிச் செடியில் அமர்ந்திருந்த விதம் சற்றே வித்தியாசமாக இருந்தது. மெதுவாக முன்னேறி பத்து அடி இடைவெளியில் நின்றேன். அப்போதும் அந்த வண்ணத்துப் பூச்சி நகரவில்லை. மிக மெதுவாக எனது காமிராவை வலது கைக்கு மாற்றிக் கொண்டேன். சிறகுகள் மேல் நோக்கி இருந்ததால், அடிப்பகுதியைத்தான் கண்டேன். கீழ்புறம் பழுப்பு கலந்த கருப்பு; சாம்பல் டிஸ்கல் கோடுகள் கொண்ட முன் இறக்கைகள்; சிவப்பு மற்றும் நீல பிறை வடிவங்களுடன் பின் இறக்கை. என் நல்ல நேரம், ஒரு சில நிமிடங்களில் சிறகை விரித்து மேல் புறத்தையும் காட்டியது! நல்ல கருநீலச் சிறகின் கீழ்ப் புறத்தில் இரண்டு வெளிர் நீலத் திட்டுகள் தெரிந்தன. அப்போது இருந்த பிலிம் சுருள் காமிராவில் முடிந்த அளவு தெளிவாகப் படம் பிடித்துக் கொண்டேன். ஆனால் மனம் சொன்னது – நீ ஒரு புதிய வண்ணத்துப் பூச்சியை இன்று பார்த்து விட்டாய் என்று!

பின்னர் சென்று பிரிண்ட் செய்து பார்த்தபோது அது ‘பாரிஸ் பீகாக்’ எனப்படும் ‘பாரிஸ் மயில் அழகி’ என்று தெரிந்தது. அதன் உறவினன், தமிழ் மயில் அழகியும் இங்கு இருக்கலாம் என்று எனது நண்பர் முனைவர் பானுமதி பின்னர் சொன்னார். கிட்டத்தட்ட இதே நிறங்கள் மற்றும் அமைப்பு கொண்ட மயில் அழகி அவள்!

பெரிய வித்தியாசம் இவற்றிடையே இல்லை என்றாலும், நீலத் திட்டு சற்றே பரந்தும் கடும் நீலமாகவும் இருக்கும். இது போல வேறு சில அந்துப் பூச்சிகளையும் நான் அங்குக் கண்டுபிடித்தேன். ஆங்காங்கே கிடக்கும் மழைநீர் குட்டைகளில் இந்த வண்ணத்துப் பூச்சிகள் கூட்டம் கூட்டமாக அப்பிக் கிடப்பதைக் காண வெகு அழகாக இருக்கும். அங்கு பல இன வண்ணத்துப் பூச்சிகள் பெருந்திரளாகக்கூடி ஈர மண்ணில் இருந்து உயிர்ச் சத்துக்களையும், அழுகும் தாவரக் கழிவில் இருந்து சத்துக்களையும் உறிஞ்சுவதைக் காணலாம். சமீபத்தில் விலங்குகள் இட்ட சாணம் அல்லது கழிவில் வண்ணத்துப் பூச்சிகள் கூடுவது இயல்பான நிகழ்வு. அவற்றில் உள்ள தாதுப் பொருட்களுக்காக அவை மொய்க்கும். புலி, சிறுத்தை போன்றவற்றின் புதிய எச்சத்தில் அவை கூடுவது வெகு

இயல்பான நிகழ்வு. இந்த மண் துழாவுதலை (mud puddling) காணவே நான் மழை நாட்களில் இங்கு வருவதைப் பெரிதும் விரும்புவேன்!

இப்படி ஒரு மூன்று மாதங்கள் வண்ணத்துப் பூச்சிகள் இங்கு பல நிறங்களில் எல்லோரையும் ஈர்க்கும். இவற்றைக் குறித்து ஆராயவும், படிக்கவும் மிகவும் உகந்த இடம் என்பதோடு, அடிப்படைத் தேவைகளுக்கு பிரச்னை இல்லாத ஓர் இடம் இது. என்ன, டிவி, இண்டர்னெட் போன்றவற்றிற்கு ஒரு சில நாட்கள் விடுமுறை தர வேண்டி வரும்! மற்ற பொழுதுபோக்குகளுக்குத் தற்காலிக விடுமுறை தரவேண்டி வரும். மற்றபடி இயற்கையுடன் இணைந்து வாழ இது ஒரு சொர்க்க பூமி. காலாற நடக்கலாம்; அமைதியாக இருக்கலாம்; வெள்ளந்தியான மக்களுடன் பழகலாம்! காடுடன் பேசலாம், மனமிருந்தால்! இங்கு காணப்படும் வண்ணத்துப் பூச்சிகளை யாரேனும் பட்டியலிட்டு ளார்களா என்று தெரியவில்லை. ஆனால், அது ஒரு நல்ல தரவாக இருக்கும் என்பதில் ஐயமில்லை. மற்றொரு வாய்ப்பு கிடைத்தால், இந்த சொர்க்க பூமியில் மீண்டும் உலா வர நான் தயார்!

27. பரலியின் ஆல மரப் பறவைகள்

எந்தக் காட்டிலும், பறவைகளை அதிகம் ஈர்ப்பது பழ மரங்கள், குறிப்பாக அத்தி மரங்கள். ஆங்கிலத்தில் இதை ஃபீகஸ் என்று குறிப்பிடுவர். அதாவது அத்தி வகையைச் சார்ந்தவை என்பது பொருள். காட்டில் பல வகை அத்தி மரங்கள் காணப்படும். ஆல், அரசு அல்லாமல், வேறு பல வகை அத்திகளும் இங்கு இருக்கும். உதாரணமாக, இச்சி என்று இங்குள்ள பழங்குடிகள் குறிப்பிடும் அத்தி மரங்கள், தாவர இயலாளர்களால் வெவ்வேறு இன அத்தியாக அறியப்படும். இச்சி, கல்இச்சி, உதும்பரம் என்ற தமிழ் பெயர்களுக்குப் பல வகையான தாவரவியல் பெயர்கள் காணப்படும். இதன் விளைவாக, இச்சி என்ற பொதுப் பெயர் சரியான இனத்தைக் குறிக்காது. அதனால், இங்குள்ள அத்தி இன மரங்களை நாம் தெளிவாக அறிய, நல்ல தாவரவியலாளருடன் செல்வது நல்லது. காட்டின் ஓர் உயிர்நாடி இந்த அத்தி வகை மரங்கள் என்றால் மிகையாகாது. பில்லூர், பரலி வளாகத்தில் இவற்றின் எண்ணிக்கை அதிகம் மற்றும் பறவைகளின் வாழ்வாதாரம் இவை என்பதை நாம் கண்கூடாகப் பார்க்கலாம். நண்பர் கந்தவேலின் ஆய்வு இது குறித்ததுதான் என்பதை முன்பே நான் சொல்லியிருப்பேன்.

அத்தி இன மரங்களுக்கும், பறவைகளுக்கும் உள்ள தொடர்பை என்னுடைய பழங்கால நண்பர் கண்ணன் (இப்போது அர்கன்சாஸ் கண்ணன்) அவரது ஆய்வும் உறுதிப்படுத்தும். டாப் ஸ்லிப்பில் (பொள்ளாச்சி இந்திரா காந்தி சரணாலயம்) இருவாச்சிகளைக்

குறித்த அவரது ஆய்வு எவ்வாறு அத்தி இன மரங்களின் பங்கு இருவாச்சிகளின் வாழ்வை அல்லது இருப்பை உறுதி செய்கிறது என்பதை நன்கு விளக்கும். பெரும்பாலும் கடுங்கோடையில் காய்த்துப் பழுக்கும் அத்தி மரங்கள், பறவைகளின் இனவிருத்திக் காலத்தில் ஒரு நல்ல உணவு ஆதாரமாக விளங்குகின்றன. இதைக் கண்ணனுடைய ஆய்வு மிக அழகாக எடுத்துரைக்கும்.

ஒரு ஃபீகஸ் மரத்தின் பழம் தரும் ஒரு சுவாரஸ்யமான உண்மை என்னவென்றால், ஒரே இனத்தைச் சேர்ந்த ஃபீகஸ் மரங்கள் ஒரு காட்டில் அல்லது அருகாமையில், ஒருபோதும் ஒன்றாகக் காய்க்காது. வேறு வார்த்தைகளில் கூறுவதானால், அவை ஒரு குறிப்பிட்ட பழம் தரும் பருவத்தைக் கொண்டிருக்கவில்லை. மேலும் ஒரு காட்டில் உள்ள மற்ற சில ஃபீகஸ் மரங்கள் பொதுவாக ஒரு வருடத்தில் எந்த நேரத்திலும் பழங்களைக் கொண்டிருக்கும். அதனால் இந்தச் சுழற்சி ஒரு காட்டின் சூழலியல் மீது ஆழமான தாக்கத்தை ஏற்படுத்துகிறது, ஏனெனில் பல்வேறு விலங்குகள் ஆண்டு முழுவதும் ஃபீகஸ் மரத்திலிருந்து ஊட்டச்சத்தைப் பெற முடியும்.

இப்படி ஓர் அத்தி இன மரம் பரலி மின்வாரிய ஓய்வு விடுதியின் எதிரில் இருக்கிறது. அது நன்கு வளர்ந்த ஓர் ஆலமரம். (ஃபீகஸ் பெங்கலான்ஸஸ்). நுழைவு வாயிலின் எதிரில் ஒரு 110 பாகை கோணத்தில் பாதை (தார்ச் சாலை) யின் எதிர்புறம் நின்று கொண்டிருக்கும். அதன் பின்னால் காடுபோல புதர், மரங்கள் மண்டிக் கிடக்கும். சாலை ஒரு பெரிய வளைவாக மேலேறி, குடி நீர்த் தொட்டியை அடுத்து மேலேறி காவலர் அறை வரை செல்லும். அந்த ஓய்வு விடுதியைச் சுற்றிலும் காடு போலத்தான் இருக்கும். எனவே பறவைகளுக்குப் பஞ்சமில்லை என்பதோடு, அந்த வளாகம் பறவை நோக்கர்களின் விருப்பப்பட்ட இடமாகவும் இருந்தது. நான் சென்ற காலங்களில், ஓய்வு விடுதி செயல்பட்டுக் கொண்டிருந்தது. திரு. நரேந்திரன் பெரும்பாலான நாட்களில் எங்களது உணவை அங்குதான் ஏற்பாடு செய்வார். காலைக் காப்பியைக் குடித்துக்கொண்டே நான் பறவைகளைக் கவனிப்பதைக் கிண்டலடிப்பார்! ‘வேற ரெண்டு கால் பறவையைப் பார்த்து வாழ்க்கையில் செட்டில் ஆகப் பாருப்பா’ என்பார்! உண்மையில் அந்த வளாகத்தில் வராந்தாவில் இருந்து கொண்டே நாம் நல்ல விதத்தில் பறவை நோக்கல் செய்யலாம். வேளா வேளைக்கு உணவும் வந்து கொண்டிருக்கும்! பிறகென்ன, பொழுது போகாமலா இருக்கும்?

அந்த ஆல மரம் பழுத்து விட்டால், கேட்கவே வேண்டாம்! நம் கண்களுக்குத்தான் வலி எடுத்துவிடும்! அப்படிப் பறவைகள் பறந்து பறந்து வந்து அந்த இடத்தையே ஒரு பெரிய கண்காட்சி போலச் செய்துவிடும். நாள் முழுவதும் ஏதோ ஒரு பறவைக் கூட்டம் காணப்படும்; அணில்களும், ஓணான்களும், வவ்வால்களும், அபூர்வமாக மர நாய்களும் பறவைகளுக்குப் போட்டியாக அங்கு வந்து அடையும். அந்த ஆலமரம் அந்தக் காலத்தில் அந்தப் பிரதேசத்தில் எல்லோரையும் ஈர்க்கும் ஒரு மந்திரவாதி போலச் செயல்படும்! அதிகாலையில் இருந்து அந்தி சாயும் வரை எனக்கு நேரம் போதாது என்பதுதான் உண்மை! அப்படிப் பறவைகள் வந்து சென்ற வண்ணம் இருக்கும். இரவில் யார் வருகிறார்கள் என்று பார்க்க ஆசைதான். ஆனால், கடைசிப் பேருந்து 6.30 மணிக்குப் புறப்பட்டுவிடும் என்பதோடு, உணவு விடுதியும் மூடப்பட்டுவிடும். தனியாக அங்கிருந்து அரை கிலோமீட்டர் நடந்து நரேந்திரன் வீட்டை அடைய வேண்டும். அவருக்கு அதில் உடன்பாடு இல்லை. ஏனெனில், ஏதாவது ஓர் அசம்பாவிதம் நேர்ந்தால், அதற்குப் பதில் சொல்ல அவர் தயாரில்லை! அதனால், இரவு நேரங்களில் எங்கும் சுற்றுவதில்லை. ஆறு அல்லது ஆறரைக்கு ஏறக்கட்டி விடுவது வழக்கம்.

ஆலமரம் பழுத்திருக்கும் காலத்தில், அதிகாலையில் நமது கரிச்சான்கள் முதல் விஜயம் செய்யும்; அதன் பின் குக்குறுவான்கள் வரத் தொடங்கும்; சற்று வெளிச்சம் பரவத் தொடங்கிய பின் வண்ணாத்திக் குருவிகள் வரும்; அதைத் தொடர்ந்து புல்புல்கள் வரும்; பின்னர் ஒன்றன்பின் ஒன்றாகச் சிறிய, பெரிய பறவைகளில் பல இனங்கள் வரத் தொடங்கிவிடும். ஒவ்வொரு கிளையிலும் பல பறவைகள் பல கோணங்களில் தொங்கிக் கொண்டும், ஓடிக்கொண்டும், பழங்களைத் தின்று கொண்டிருக்கும். சிறிய பறவைகளான தையல் சிட்டு, வெள்ளைக்கண்ணி போன்றவை இருப்பதே தெரியாமல் மரத்தின் உள் கிளைகளில் ஊடாடிக் கொண்டிருக்கும். பெரிய பறவையான நீள வால் காக்கை வந்து விட்டால், ஒரு ரகளையே நடக்கும்! அவன் பெயருக்கேற்றாற்போல் ரவுடிதான்! இலத்தீன் பெயரான வாகபாண்டா என்பது அதன் குணாதிசயத்தை வைத்துத்தான் வந்தது! எல்லாப் பறவைகளும் அவன் வந்தால், தெறித்து ஓடிவிடும்! அதே போல ஷிக்ரா போன்ற வேட்டையாடிப் பறவைகள் வந்தாலும், மற்றவை இடத்தைக் காலி செய்துவிடும்! சமுதாயத்தில் எப்படி ரவுடிகளைப் பார்த்தால் எல்லோரும்

ஒதுங்கிப் போவார்களோ, அது போல! ஆனால், கரிச்சான் மாத்திரம் விதிவிலக்கு! அவனைப் பார்த்து இவை பயந்து பயந்து நிற்கும்! கொத்வால் (நம் கரிச்சான்) ஒரு போலீஸ் இன்ஸ்பெக்டர் போல அனைவரையும் மிரட்டுவான்! இப்படி ரசமான நிகழ்வுகள் அங்கு அரங்கேறும்!

வந்ததே தெரியாமல், பெரிய பறவையான சாம்பல் இருவாட்சி, மரத்தின் உள் பகுதியில் அமைதியாகப் பழங்களை பறித்துத் தின்னும். ஆனால், அவற்றின் சிறகோசை அவற்றின் புறப்பாடு மற்றும் வருகையை அறிவித்துவிடும். குக்குறுவான்கள் பழங்களை வாயில், அதாவது அலகில், அதக்கிக் கொண்டு போவதைக் காண அவ்வளவு இனிமையாக இருக்கும்! குக்குறுவான்களில் சிறியதான கன்னான் பறவையும் (குக்குக் என்று ஒலி எழுப்பிக்கொண்டு, தொண்டையில் சிவந்த பொட்டுடன் குருவி போல இருக்கும்) அதன் பங்கிற்குப் பழங்களை அலகில் அதக்கிக் கொண்டு போகும்! நட்சத்திர விருந்தாளியாகப் பச்சைப் புறாக்கள் வரும். இலையின் மறைவில் அவை இருப்பதே தெரியாது! ஏனெனில், அவையும் பச்சை நிறத்தவை! காட்டில் பல பழ மரங்களை, குறிப்பாக அத்தி மரங்களைப் பரப்புவதில் அவை பெரும் பங்காற்றுகின்றன. அவற்றுள் மூன்று இனங்களை நாம் இங்குக் காணலாம். சாம்பல் நெற்றிப் புறா, மஞ்சள் கால் புறா, மரகதப்புறா ஆகியவை இந்த நேரத்தில் இங்கு அதிகமாகக் காணப்படும். மற்றக் காலங்களில், அதாவது இந்த ஆல் பழுக்காத காலங்களில், காட்டில்தான் பார்க்கலாம். இவையன்றி, சாதாரணமாக நாம் பார்க்கும்

மாடப்புறா, புள்ளிப் புறா, தவுட்டுப் புறா, ஆரப் புறா போன்றவையும் இவற்றுடன் கூடி அலையும். ஆக, குறைந்தது 35 இனப் பறவைகளை நாம் இருந்த இடத்தில் இருந்தே பார்க்கக் கூடிய காலம் இந்த ஆலமரம் பழுக்கும் காலம்.

குயில்கள், காக்கைகள், மைனாக்கள், தவிட்டுக் குருவிகள், செம்போத்து, தேன்சிட்டு, மாங்குயில், அயோரா, அக்காக் குயில், கொண்டலாத்தி, வெள்ளை நெஞ்சு மீன்கொத்தி போன்ற பல பறவைகள் அங்குச் சுற்றிக்கொண்டிருக்கும். இந்த வெள்ளை நெஞ்சு மீன்கொத்தி உண்மையில் ஒரு அனைத்துண்ணி. மீன்கொத்தி என்று அறியப்பட்டாலும், இது பெரும்பாலும் நீர் நிலைகளை விட உள்நாட்டில் தான் அதிகமாகக் காணப்படும். நட்சத்திர விருந்தாளிகளில் நாம் நீலக்கண்ணியையும், அவ்வப்போது தலை காட்டும் கறுப்பு வெள்ளை இருவாட்சியையும் சேர்க்கலாம்! இப்போது புரிந்திருக்கும், ஏன் இங்கு ஒரு நிமிடம் கூட கண்ணை எடுக்க இயலாது என்று! யாராவது ஒருவன் சடாரென்று இறங்குவான்; யாராவது ஒருவன் பாய்வான்; யாராவது ஒருவன் பதுங்குவான்; யாராவது ஒருவன் பறப்பான். இப்படி நாள் முழுவதும் நாம் அவதானிக்கப் பல விஷயங்கள் நடந்து கொண்டு இருக்கும். கண நேரம் கூட எனக்குச் சலிப்பு தட்டாது! என்ன, பசியும், தாகமும், இயற்கை உபாதையும் அடக்க இயலாதவை! பசியையும் தாகத்தையும் இடத்தை விட்டு நகராமலே முடித்துக் கொள்ளலாம்! இரவு கடைசிப் பேருந்தில் முள்ளி சென்று பின்னர் மஞ்சூருக்குப் பேருந்தைப் பிடித்து வீட்டை அடையும் வரை மனதில் இந்த ஆல மரத்தின் காட்சிகள் நீங்காது! இன்றும், அந்த இனிய நினைவுகள் ஒரு திரைப்படம் போல என் மனத்திரையில் நிழலாடுகிறது!

28. பொரி ஆந்தையின் வேட்டை

நான் முன்பே சொன்னது போல, பண்ணாரி சாலையில் நடைப் பயிற்சிக்குப் போவது எப்போதும் ஒரு சுகானுபவம் மற்றும் பறவைகளைப் பார்க்க நல்ல வாய்ப்பு. மற்றொரு ஈர்க்கக் கூடிய விஷயம், திரு. சுந்தரராமன் அவர்களது பண்ணைத் தோட்டத்தையும் பார்த்துவிட்டு வருவதோடு, சில நல்ல கருத்துச் செறிவு மிக்க உரையாடல்களையும் மேற்கொள்ளலாம்! அவர் இயற்கை விவசாயத்தில் நல்ல தேர்ச்சி பெற்றவர்; தபோல்கர் மற்றும் நாராயண ரெட்டி போன்றோரைப் பின்பற்றி அறிவார்ந்த முறையில் விவசாயம் செய்பவர். நம்மாழ்வாருடன் ஆரம்பக் காலத்தில் இணைந்து இயற்கை விவசாயப் பட்டறைகளை நடத்தியவர். தற்போது தமிழ்நாடு விவசாயப் பல்கலை மாணவர்கள் வந்து இயற்கை விவசாயம் பயிலும்படி வசதிகள் செய்து தருபவர். தமிழகத்தில் மட்டுமின்றி, தென்னிந்திய மாநிலங்களில் இயற்கை விவசாயிகளால் நன்கு அறியப்பட்டவர். இயற்கை விவசாயத்தை மேலும் பரவச் செய்வதில் அதிக ஆர்வம் கொண்டவர். இயற்கை விவசாய முன்னோடிகளில் ஒருவர் என்றால் மிகையாகாது! அப்படித்தான் விவசாயம் குறித்து எந்தப் புரிதலும் இல்லாத நான் ஓரளவு மண்ணின் தன்மை; கரிம வளம்; கரிமப் பொருள்களின் உயிர்ச் சத்து மற்றும் உரமாகும் தன்மை போன்றவற்றைத் தெரிந்துகொண்டேன். விவசாயம் செய்யப் புகுந்தேன் என்று சொல்ல முடியாவிட்டாலும், இவற்றைப் பற்றிய நல்ல புரிதல் அடைந்தேன் என்று சொல்லலாம்!

பண்ணாரி சாலையில், ஊரில் இருந்து ஓர் இரண்டு கிலோமீட்டர் தொலைவில் ஒதுக்குப் புறமாக அமைந்துள்ளது சுந்தரராமன் அவர்களது தோட்டம். நெடுஞ்சாலையில் இருந்து திரும்பும் ஒரு பிரிவிலிருந்து அரை கிலோமீட்டர் உள்ளடங்கி இருக்கும். அங்கு மண்புழு படுக்கைகள், கோசாலை, கிணறு, சூரிய ஒளி அடுப்பு (சோலார் ட்ரையர்) மரங்கள் என்று எல்லாம் ஒரு தொகுப்பாக ஒன்றுக்கொன்று இட்டு நிரப்பும் பணியைச் செவ்வனே செய்யும்!

மாட்டுச் சாணம், மூத்திரம் உரக் கலவைகள் தயாரிக்கப் பயன்படும், நீரின் காரத் தன்மையைக் குறைக்கும் ஒரு கலவையைத் தயார் செய்ய உதவும்; மண்புழு படுக்கைகள் மண்ணின் வளத்தைக் கூட்டும் மேல் படுகையாகும்; மரத்தின் இலைகள், தழைகள் மக்கிய உரமாகும்; கிணற்று நீர் மழை நீருடன் சேர்ந்து நல்ல பாசன நீராகும். இப்படி அங்கு இருக்கும் எதுவும் வீணாகாமல் மறுசுழற்சியில் ஈடுபடுத்தப்படும். இது அல்லாது இந்தப் பத்து ஏக்கர் நிலத்தில், ஒரே வகைப் பயிர்கள் பயிரிடப்படாமல், பல வகைப் பயிர்கள் வளர்க்கப்படும். இது மண்ணின் வளம் குன்றாமல் இருக்க, பயன்படுத்தப்பட்ட பழங்கால முறை! இது குறித்துப் பேசத் தொடங்கினால், அது இயற்கை விவசாயம் பற்றிய ஒரு வகுப்பாகிவிடும்! நான் அங்கு என்ன வகைப் பறவைகளைப் பார்க்க முடியும் என்பதை மட்டும் நான் இதில் சொல்கிறேன்!

மண்புழு படுக்கைகள் இருப்பதால், அந்தக் கொட்டகையைச் சுற்றி மரங்கள் மற்றும் நிழல் இருக்கும். ஒரு சில மண்புழுக்கள் எப்படியும் வெளியே வந்துவிடும் அல்லது உலவிக் கொண்டிருக்கும். அது போதுமே பறவைகள் அங்கு வர! முக்கியமான விருந்தாளி, நமது வெண்தொண்டை மீன்கொத்தி. நான் முன்பே சொன்னதுபோல இவன் நீர்நிலைகளில் மட்டும் காணப்படுவது கிடையாது. பெரும்பாலும் ஊர்ப் புறத்தில்தான் காணப்படும். அவன் நாள் முழுவதும் அவ்வப்போது இங்கு வட்டமிட்டுக்கொண்டு இருப்பான். அடுத்தது, நம் கரிச்சான். இவனுக்கும் இங்கு இலகுவாக இரை கிடைப்பதால், அவ்வப்போது ஒரு வட்டமடிப்பான். இவை அல்லாது, தையல் சிட்டு, தேன் சிட்டு, புல்புல், சிலம்பன், குயில், மயில், வண்ணாத்திக் குருவி, நீள வால் காக்கை போன்றவற்றையும் காணலாம்.

சுந்தரராமனின் வீட்டுத் தாழ்வாரத்தின் எதிரில் இந்த மண்புழு படுக்கைகள் இருப்பதால், பறவைகளுக்கு எந்த வித

இடைஞ்சலும் இன்றி நாம் பார்த்துக் கொண்டிருக்கலாம். என்ன, எல்லாப் பறவைகளும் ஒரே நேரத்தில் வராது. அவரவர் மனம் போல, தேவைக்கேற்ப வரும்; போகும். நாம் பொறுமையாக இருந்தால், நல்லவிதமாக பறவை நோக்கல் செய்யலாம். தாழ்வாரத்தின் ஒரு புறத்தில் சுந்தரராமன் அய்யா தேடி வருபவர்களுக்கு ஆலோசனைகள் வழங்கிக் கொண்டிருப்பார்! வகுப்புகள் பெரும்பாலும் முன்புறமுள்ள மற்றொரு கொட்டகையில்தான் நடக்கும். அதன் எதிரில் காய வைக்கும் களம் இருக்கிறது. அங்கு சிட்டுக் குருவிகளும், முனியாக்களும் (சில்லைகள்) சிதறிக் கிடக்கும் தானியங்களைப் பொறுக்கித் தின்று கொண்டிருக்கும். இவற்றுக்குத் துணையாக, மயில்களும், காகங்களும் இருக்கும்.

மரங்களில் பொன்முதுகு மரங்கொத்திகள் அங்குமிங்கும் ஓடியாடிக்கொண்டிருக்கும்; நீளவால் காக்கைகள் இனிய ஒலி எழுப்பிப் பாடிக்கொண்டிருக்கும். இதனால்தான் இவற்றைக் கோகிலா என்கின்றனர்! கிண்டலாகவும் சிலர் கோகிலத்வனி என்றும் சொல்வதுண்டு! எப்போதாவது ஒரு ஷிக்ரா எட்டிப் பார்க்கும். ஒரு தேன் பருந்து வட்டமிடும். ஏனெனில், கடைக் கோடியில் உள்ள நெடிய மரங்களில் தேனடை சில நேரங்களில் இருக்கும்! வயலில் தண்ணீர் தேங்கி நிற்கும் காலங்களில், கருடனும் வட்டமிட்டுப் பறக்கும். வயலில் இருக்கும் நண்டுகள், மற்றும் தவளைகளை அவை கொத்திச் செல்லும். கள்ளப் பருந்து என்றறியப்படும் ஊர்ப் பருந்து, இந்தப் பகுதிகளில் ஏனோ அதிகம் தென்படுவதில்லை. என்றோ ஒரு நாள் வெகு அபூர்வமாகத்தான் கண்ணில் படுகிறது. மற்ற வேட்டையாடிப் பறவைகளும் எளிதில் இங்குக் காணப்படுவதில்லை. என்றோ ஒரு நாள் நான் ஒரு குட்டை விரல் கழுகைப் பார்த்தேன். அவ்வளவுதான்.

மற்றபடி, இங்கு மாலை நேரங்களில் தவறாமல் பார்க்கக் கூடியது புள்ளி ஆந்தை! சிலர் அதைப் பொரி ஆந்தை என்றும் சொல்வதுண்டு. சாம்பல் நிறத்தில் புள்ளிகளுடன் ஒரு சின்னப் பந்து போல உருண்டையான உருவம் கொண்ட ஒரு சிறிய ஆந்தை. ஆந்தைகளுக்கே உரிய குணத்தால், அதிகாலை மற்றும் அந்தி நேரங்களில் மிகுதியாக வேட்டையாடும். ஒரு சில நேரங்களில் இவற்றைப் பகல் பொழுதிலும் மண்புழுக் கொட்டகையில் பார்க்கலாம். என்ன, காகம், மைனா போன்ற மற்ற பறவைகள் இல்லாத நேரமாக இருக்க வேண்டும்! இல்லை

என்றால், அவை ஆந்தையை ஓட ஓட விரட்டும்! பாவம் ஆந்தை! தப்பித்தால் போதும் என்று இடத்தைக் காலி செய்து விடும்! இது போன்ற ஒரு நேரப் பங்கீடு, இயற்கை பறவைகளுக்குள் மோதலைத் தவிர்க்க ஏற்பாடு செய்தது என்றுதான் நான் சொல்வேன்! நீ பகலில், நான் இரவில் என்று!

மேலும், இரவில் நடமாடும் சில தீங்குயிரிகளை (நமக்குத்தான் தீங்குயிரிகள், மற்றபடி அவை இயற்கையின் சுழற்சியில் நல்லவை மற்றும் பங்கு வகிப்பவை!) கட்டுப்படுத்த ஆந்தைகள் பெருமளவில் உதவுகின்றன என்பது எல்லா இயற்பியலாளர்கள் கருத்து. உதாரணமாக, எலிகள், தேள்கள், பூரான்கள் போன்றவை இரவில்தான் அதிகம் நடமாடும். அவற்றின் எண்ணிக்கை கூடினால், எல்லோருக்கும் தொந்தரவுதான். ஆந்தைகள் அவற்றை வேட்டையாடுவதால், அவற்றின் எண்ணிக்கை அதிகரிக்காமல் சரியான விகிதத்தில் பராமரிக்கப்படுகிறது. இதுதான் இயற்கை கடைப்பிடிக்கும் சமநிலைத் தத்துவம். இது புரியாமல் நாம் நமக்குப் பயம் மற்றும் தீங்கு தரும் என்ற எண்ணத்தால், சில உயிரினங்களை அழித்து விடுகிறோம். விளைவு, மற்றொரு உயிரினம் அளவுக்கதிகமாகப் பெருகி, பெரும் இம்சையாகி விடுகிறது!

இப்போதைய நல்ல உதாரணம், மயில்கள்! ஒரு சில தசாப்தங்களுக்கு முன் வரை கட்டுக்குள் இருந்த அவற்றின் எண்ணிக்கை, இப்போது வரையறை இன்றிப் பெருகி விட்டது. எங்கெல்லாம் மயில்கள் இல்லாமல் இருந்தனவோ, அங்கெல்லாம் மயில்கள் பல்கிப் பெருகி விட்டன. காரணம், அவற்றைக் கட்டுப்படுத்தக் கூடிய சிறிய ஊனுண்ணிகள் இல்லாமல் போனதுதான்! அதாவது, நரிகள், உடும்புகள், முள்ளெலிகள் போன்றவை எல்லா இடங்களிலும் காணப்பட்டன. இப்போது அவற்றைக் காணக் காடுகளுக்குத் தான் போக வேண்டும்! இதன் விளைவாக மயில்கள் இஷ்டம்போல இனப்பெருக்கம் செய்து, நாட்டிலுள்ள பயிர் நிலங்களில் பெரும் சேதம் விளைவிக்கின்றன. இன்னும் சிறிது காலத்தில் இவற்றைத் தொல்லை தரும் விலங்கு என்று அறிவித்துக் காட்டுப் பன்றியைச் சுட அனுமதி கேட்பது போல, மயில்களையும் வேட்டையாட அனுமதி கேட்டாலும் ஆச்சரியப்படுவதற்கில்லை!

அன்று சுந்தரராமன் அய்யாவின் தோட்டத்துக்குப் போனபோது, மாலை ஆறு மணி இருக்கும். தாளவாடி மணிகண்டன்

வந்திருந்தார். அவர்கள் இருவரும் விவசாய முறைகள் பற்றிப் பேசிக் கொண்டிருந்தனர். சிறிது நேரத்தில் பொது விஷயங்களை அலசத் தொடங்கினோம். எம்.எஸ். ஸ்வாமிநாதனின் மறைவு பற்றிப் பேச்சு திரும்பியது. பசுமைப் புரட்சி என்ற பெயரில் விவசாயத்தைப் பாழ் செய்துவிட்டார் என்று அவர்களும், இல்லை அது காலத்தின் கோலம் என்று நான் பேச, விவாதம் சூடு பிடித்து, எப்போதும்போல ஒரு முடிவும் எட்டாமல் முடிந்தது!

மணிகண்டன், 'சரி, வாங்க, போற வழியில் உங்களை இறக்கி விட்டுட்டுப் போகிறேன்' என்றார். தாழ்வாரத்தின் சிமெண்ட் தரையைக் கடந்ததும் மண் பாதை; எதிரில் மண்புழுப் படுக்கைகள்; மற்ற பக்கங்களில் தோட்டம் அல்லது செடி கொடிகள். மண் தரைக்கு வந்து விடை பெற்றுக்கொண்டு வண்டியில் ஏறப் போகும்போது, 'அய்யா, கீழே பார்த்து வாங்க. தேள் ஒன்று வருகிறது' என்றார் மணிகண்டன். நன்றாக இருட்டிவிட்டது. தாழ்வார விளக்கின் ஒளி படர்ந்த இடம் வரை தேள் வந்த பின்தான் தெளிவாகப் பார்க்க முடிந்தது. நல்ல பெரிய கருந்தேள். கொடுக்கைத் தூக்கிப் பிடித்தவாறு விரைவாக எதிர் புறம் உள்ள மாட்டுத் தொழுவத்தை நோக்கி நகர்ந்தது! எனக்கும் தேளுக்கும் ஒரு சிறிய இடைவெளிதான்! ஆயினும், அதுவும் கிலேசம் அடையவில்லை; நானும் அலுங்காமல் இருந்தேன். சுந்தரராமன், 'அது அப்படியே போயிடும். சும்மா விட்டுடுங்க' என்றார். வேகமாக, அது விளக்கின் ஒளி வட்டத்தில் இருந்து விலகிச் சென்று கொண்டிருந்தது.

தேள் அந்த ஒளி வட்டத்தின் நிழலில் சென்று இருட்டுக்குள் நுழைந்தது. அந்த இடத்தின் இடது புறம், ஒரு முல்லைக் கொடியும், போகன் வில்லா கொடியும் பந்தல்போல படர்ந்திருக்கும். இருட்டுப் பகுதிக்குள் நுழைந்து சிறிது தூரமே சென்ற அந்தத் தேளை சடாரென்று பாய்ந்து ஒரு பறவை கொத்திக் கொண்டு போனது! யாரடா இந்த நேரத்தில் இப்படி ஒரு கிளைமாக்ஸ் கொடுத்தது என்று ஆச்சரியத்துடன்

எல்லோரும் பார்த்தோம்! அது வரை அந்தக் கொடிகளில் மறைந்து இருந்த நம்ம பொரி ஆந்தைதான் என்பது புலனானது! ஒரு நொடி நேரத்தில் தனது உத்தியைச் செவ்வனே நிறைவேற்றிய ஆந்தையின் திறமையை எண்ணி வியக்காமலிருக்க முடியவில்லை! நாங்கள் எப்படித் தேளை கண்ணில் பட்ட நேரத்தில் இருந்து தொடர்ந்தோமோ, அதே போல இவனும் அமைதியாக போகன் வில்லா கொடியின் மறைவில் இருந்து கண்காணித்திருக்கிறான்! இருட்டில் வந்ததும் சடாரென்று பாய்ந்து கவ்விக்கொண்டு போய்விட்டான்! அவனது இடமான கிணற்றுக்கருகில் உள்ள மரத்தில் வைத்து அடித்துத் துவைத்த பின் சாப்பிட்டிருப்பான்!

இந்தத் தோட்டத்தில் இரண்டு ஜதை பொரி ஆந்தைகள் இருக்கின்றன என்பது என் அனுமானம். இயற்கையான பூச்சிக் கொல்லி ஆந்தைகள்! சின்னப் பூச்சிகள், பூரான்கள், தவிர சிறிய எலிகள், அரணைகள் என எல்லாவற்றையும் உண்டு இங்கே கொண்டாட்டமாக வாழ்கின்றன.

மணிகண்டனுடன் சேர்ந்து வீடு திரும்பிய பின்னும், அந்த மின்னல் வேக வேட்டையை மறக்க இயலவில்லை! அந்தக் கடைசி நிமிட வேகம், சரியான தருணத்தை நோக்கிக் காத்திருத்தல், மின்னல் வேகச் செயல்பாடு என்று எல்லாமே ஓர் அற்புதமான வனஉயிர் திரைப்படத்தைப் பார்த்ததுபோல இருந்தது! இன்னும் அந்தத் தாக்கம் போகவில்லை!

29. ஒரு காலை நேர மலைப் பேருந்தில்...

நானும் ஸ்ரீதரும் சத்தியில் இருந்து முதுமலையின் தெப்பக்காடு வரை செல்லத் திட்டமிட்டிருந்தோம். சத்தியில் இருந்து மைசூரு வரை நிறையப் பேருந்துகள் இருப்பதால், குண்டல்பெட் போய் அங்கிருந்து பண்டிபூர் வழியாகத் தெப்பக்காடு செல்லலாம் என்று முடிவு செய்திருந்தோம். ஏனென்றால், ஊட்டி மலைப் பாதை மற்றும் கல்லட்டியின் கடும் கொண்டை ஊசி வளைவுகளைத் தவிர்க்கலாம் என்பதோடு, விரைவாகவும் செல்லலாம் என்று நினைத்தோம். ஆனால் நடந்ததோ வேறு! காலை ஏழு மணி முதல் காத்திருந்தும், ஏழு நாற்பது வரை ஒரு மைசூரு பேருந்து கூட வரவில்லை.

தற்செயலாக வந்த ஒரு கர்நாடகா நண்பர், அந்த நேரத்தில் மைசூருக்குப் பேருந்துகள் குறைவு என்றும் ஏழே முக்காலுக்கு வரும் தனியார் பேருந்தில் சாமராஜ நகரா வரை போய் மாறிக்கொள்வது நல்லது என்றார். காரணம், அந்தப் பேருந்து இடையில் உணவுக்கு நிற்காது; அதனால், மற்றப் பேருந்துகள் நகரா செல்லும் அதே நேரத்தில் போய்ச் சேர்ந்து விடும் என்றார். சரியாக அதே நேரத்தில் நகரா செல்லும் தனியார் பஸ் வந்தது. நாங்கள் நேரத்தை வீணாக்காமல் அதில் ஏறி விட்டோம். ஓட்டுநரின் எதிரே உள்ள நீள வாக்கில் இருந்த இருக்கையில் எங்களுக்கு நடத்துனர் இடமளித்தார், அதுவும் நல்ல வரவேற்புடன்! முகம் கோணாமல், ஐந்நூறு ரூபாய்க்கும் சில்லறை கொடுக்கச் சம்மதித்தார்! மிகவும் உரிமையுடன்,

‘சில்லறை நகரா வந்துதான் தருவேன். அதுவரை கேட்கக் கூடாது’ என்று நட்புடன் ஆனால் நகைச்சுவையாகக் கூறினார்! அப்போதே இந்தப் பயணம் களை கட்ட ஆரம்பித்து விட்டது!

நான் சும்மா இருக்காமல், ‘சில்லறையுடன் எங்களை குண்டல்பெட் வண்டியில் ஏற்றி விட வேண்டும்’ என்றேன்! உடனே நடத்துனர், ‘நானும் கூட வருகிறேன்’ என்றார். நான், ‘அது சிக்கல் ஆகிவிடும், வேண்டாம்’ என்றேன்! ஓட்டுநர் அதைக் கேட்டு பெரிதாகச் சிரித்து விட்டு, ‘எப்படி நீங்கள் இவரை இவ்வளவு சீக்கிரம் எடை போட்டு விட்டீர்கள்?’ என்றார். இப்படியாகப் பயணம் நகைச்சுவையுடன் தொடங்கியது. அடுத்த நிறுத்தத்தில் மூன்று பெண்கள் ஏறினர். பார்த்தாலே, சுகாதாரத்துறை அல்லது மருத்துவப் பணியாளர்கள் என்பது தெரிந்தது. வெள்ளைக் கோட்டும், உபகரணங்களும் காட்டிக்கொடுத்தன. அவர்களுக்கு ஒரே இருக்கையில் இடம் கிடைக்கவில்லை. காரணம், மொத்த இருக்கைகளும் நிரம்பி விட்டன. பண்ணாரி வரை எஞ்சின் மேல் அமர்ந்து கொண்டு வந்தனர். ஒருவர் எங்கள் இருக்கையில் எனக்கருகே அமர்ந்து கொண்டார், சிறிது தயக்கத்துக்குப் பின்னர்! நான் அவர்களது பணி மற்றும் இடம் குறித்து விசாரித்தேன். தினமும் இது போலப் போவது சிரமமாக இல்லையா என்றும் கேட்டேன். அவர் அது பழகி விட்டது என்றும், இப்படி ஜாலியாகப் பேசிக்கொண்டு இதே பேருந்தில் எல்லோரோடும் கிண்டலடித்துக் கொண்டு போவதால், சிரமம் தெரிவதில்லை என்றார். தாளவாடியில் உள்ள ஆரம்பச் சுகாதார நிலைய ஊழியர்கள் என்றறிந்தேன். வீடு மற்றும் பிள்ளைகளின் படிப்பு சத்தியில் இருப்பதால், இது போலப் போய் வர வேண்டி உள்ளது என்றனர்.

அதற்குள் பண்ணாரி வந்து விடவே, பலர் இறங்கினர்; இருக்கைகள் காலியாகின. அவர்கள் மூவரும் ஒரே இருக்கையில் மாறி அமர்ந்தனர். ஒரு எழுபது வயது பாட்டியம்மாள் ஏறினார். ‘எத்தனை டிக்கெட் அம்மா?’ என்றார் நடத்துனர். ‘ஒரு ஆளுக்கு எத்தனை டிக்கெட் வாங்குவாங்கப்பா?’ என்று இடக்காகக் கேட்டார் அந்தப் பாட்டி! அவர் வழக்கமாக வருபவர் என்றும் ஓட்டுனர், நடத்துனர் மற்றும் எல்லோரையும் நன்கு அறிந்தவர் என்பதும் நன்றாகத் தெரிந்தது! ஆனாலும், அந்தச் சுவாதீனமான பேச்சு, அவர்களுக்குள் இருந்த நெருக்கத்தைக் காட்டியது. கள்ளமில்லாத அந்த உரையாடல், வீட்டிற்குள் நடப்பதைப் போல ஓர் இயல்பானதாக இருந்தது.

அப்போது பேருந்து, திம்பம் மலைப் பாதையில் ஏறத் தொடங்கியது. இயல்பாகப் பேச்சு, யானைகளைப் பற்றித் திரும்பியது. ஏனெனில், அந்த மலைப்பாதையில், யானைகளைப் பார்க்காமல் இருந்தால்தான் ஆச்சரியம்! அப்படித் தினமும் கிட்டத்தட்ட எல்லா வண்டிகளில் செல்வோரும் யானைகளைப் பார்ப்பார்கள் – ஏதாவது ஒரு இடத்தில் – கொண்டை ஊசி வளைவுகளில் அல்லது ஹாசனூர் அருகில் அல்லது அரேபாளயம் பிரிவில். எதுவும் இல்லையென்றால் காட்டுப் பன்றிகள் அல்லது மான்கள் சாலையோரம் இருக்கும். வன உயிரினங்களைக் காண இது ஒரு நல்ல வழி. மிகவும் அதிர்ஷ்டம் இருந்தால் சிறுத்தை கூடத் தென்படும்!

அப்போது மருத்துவமனை ஊழியர் முதல் நாள் மாலை திரும்பி வரும் போது 15 வது சுற்றில் யானையைப் பார்த்ததை விவரித்தார்! 'சுமார் ஆறு மணி இருக்கும். பஸ் 15 வது சுற்றில் திரும்பும் போது இந்த யானை ரோட்டின் ஓரத்தில் நின்று கொண்டிருந்தது. என் ஜன்னலுக்கு ரொம்பப் பக்கத்துலதான். தும்பிக்கையை நீட்டி இருந்தால் என்னப் பிடிச்சிருக்கலாம், அவ்வளவு கிட்ட. ரொம்பப் பயந்துட்டேன்' என்று ஒரு ரீப்ளே கொடுத்தார்!

இந்தச் சாலையில் யானைகள் சுவாதீனமாக நடமாடும்; என்ன, வளைவுகளில் அதிகமாகக் காணப்படாது; பெரும்பாலும் திம்பம் தாண்டியபின்தான் அதிகம் தென்படும். முன் தினம் கரும்பு லாரியைத் தொடர்ந்து வந்திருக்கலாம்! அல்லது அங்கிருந்து வேறு வழிக்குச் சென்றிருக்கலாம். யானைக் கதையை எங்கு கேட்டாலும் சுவையாகத்தான் இருக்கும்! அப்போது ஏழு மணிக்கு முன் சென்ற கர்நாடகா அரசின் மைசூரு பேருந்து பழுது பட்டு நின்றிருந்ததைப் பார்த்தோம். மனதில் ஓர் அல்ப சந்தோஷம்! ஆகா, எந்த விதத்திலும் எங்களுக்கு நஷ்டம் இல்லை என்று! அதில் ஏறி இருந்தாலும், பயனில்லை. எனவே, எங்கள் முடிவு சரியானது என்ற சந்தோஷம் அது. அதற்குச் சூழ்நிலை காரணம் என்பது அப்போது உறைக்கவில்லை!

இந்தத் திம்பம் மலைப்பாதை சிறுத்தைகளுக்குப் பெயர் போனது. பல நேரங்களில் சாலையிலேயே சிறுத்தைகளைக் காண்பது ஒரு சாதாரண நிகழ்வாகிவிட்டது. ஒரு முறை இரண்டு சிறுத்தைகள் விளையாடிக் கொண்டு இருந்ததெல்லாம் பதிவாகி உள்ளது. இங்குதான் ஒரு சிறுத்தை, கிருஷ்ணன் என்ற வன ஊழியரைத்

தாக்கிக் கொன்ற சம்பவமும் நடந்துள்ளது. மற்றொரு நேரம் பழுதாகி நின்ற லாரியின் கிளீனரைத் தொடர்ந்த கதையும் உண்டு. எனவே, ஓட்டுனரிடம், சமீபத்தில் சிறுத்தை தென்பட்டதா என்று கேட்டேன். அதற்கு, இரண்டு வாரங்களுக்கு முன் ஹாசனூர் பள்ளத்திற்கு அருகே ஒரு மரக்கிளையில் படுத்திருந்ததைப் பார்த்தேன் என்றார். இது இந்தப் பகுதியில் சாதாரண நிகழ்வு! சாலையிலும், சிறு பாலங்களின் மேலும், அவை பெரும்பாலும் காணப்படும். அரிதாகத்தான் அவற்றைக் காண முடியும்; யானைகளைப் போல அடிக்கடி அல்ல! ஆயினும், தற்காலத்தில் சற்றுக் கூடுதலாகவே அவை தென்படுகின்றன என்பது உண்மைதான்!

இப்படி பேச்சும் நகைச்சுவையுமாக புளிஞ்சூர் வந்து விட்டது. ஓட்டுனரோ தாமதம் ஆகிவிட்டது என்ற கவலையில் இருந்தார். அப்போது நடத்துனர் எங்கோ போய் விட்டு சற்று நேரம் கழித்து வந்தார். 'என்னய்யா நீ, இப்பிடிப் பண்ணுரே, லேட் ஆயிட்டு இருக்கு' என்று ஓட்டுனர் கடிந்து கொண்டார். 'ஆமாப்பா, நீயே கொஞ்ச நேரத்திலே வடை எங்கேன்னு கேப்பே' என்று நடத்துனர் பதிலளித்தார்! பார்த்தால், அவர் கையில் ஒரு பொட்டலத்தில் பத்துப் பதினைந்து வடைகளும், பஜ்ஜிகளும் இருந்தன! இது தினமும் நடக்கும் சம்பவம் என்பதை நாங்கள் புரிந்து கொள்ள வெகு நேரமாகவில்லை! நடத்துனர் அந்தத் தின்பண்டங்களைப் பேருந்தில் வாடிக்கையாக வரும் பெண்களுக்கு வினியோகம் செய்தார்! அவர்களும் அதை ஒரு சாதாரண நிகழ்வாக எடுத்துக் கொண்டு வாங்கித் தின்றனர்! 'சாருக்கும் ஒண்ணு குடுங்க' என்று சிபாரிசு வேறு! எனக்கும் ஒரு பஜ்ஜி கிடைத்தது! ஓட்டுனர்தான் பாவம்! அவர் முறை வரும் முன் எல்லா வடையும் காலியாகி விட்டது! வடை இல்லாததால், எதுவும் வேண்டாம் என்று கூறி விட்டார்! கும்டாபுரம் வரை எந்த நிறுத்தமும் இல்லாமல் விரைவாக வந்து சேர்ந்தோம். அங்கு ஒருவர் சத்தியில் சந்தையில் வாங்கிய பொருள்களை இறக்கி விட, கிட்டத்தட்ட எல்லோரும் உதவினர்! சாதாரணமாக, அரசுப் பேருந்துகளில் இது போல ஏற்றி வரச் சம்மதிக்க மாட்டார்கள்! அடுத்துத் தாளவாடி வந்தது. மருத்துவமனை ஊழியர்கள் இறங்கினர். கிட்டத்தட்ட பேருந்தே காலியாகி விட்டது.

அங்கிருந்து பள்ளிக் குழந்தைகள், வேலைக்குப் போகிறவர்கள் என்று மற்றொரு கூட்டம் ஏற, பேருந்து நிரம்பி விட்டது. நகரா

செல்ல அந்த ஊர் மக்கள் விரும்பிச் செல்லும் ஒரு வண்டி இது என்று தெரிந்தது. இரண்டு ரோமியோக்களும் வண்டியில் ஏறினர்! காரணம், இரண்டு மூன்று வேலைக்குச் செல்லும் இளம் பெண்கள் எங்கள் வண்டியில் ஏறியதுதான்! வழக்கம் போலப் படிக்கட்டில் தொங்கிக் கொண்டு அவர்கள் வந்தனர்! அவ்வப்போது அந்த இளம் பெண்களை நோக்கியவாறு அவர்களது பயணம் இருந்தது. இடையில், பஸ்ஸின் உள்ளே ஒரு குடிகாரனுக்கும் நடத்துனருக்கும் ஏற்பட்ட வாக்குவாதம் கைகலப்பில் முடியும் நிலை வந்தது! நடத்துனரின் உதவியாளர் (இவர் தனியார் பேருந்தில்தான் காணப்படுவார்) குடிகாரனை அடிக்கப் போக, நாங்கள் அதைத் தடுத்து அமைதியை நிலை நாட்டி, அடுத்த நிறுத்தத்தில் குடிகாரனை இறக்கி விடச் செய்தோம். சொன்னது போல, நகராவில் சில்லறை தந்ததுடன், குண்டல்பேட் பஸ் நிற்கும் இடத்தில் எங்களை இறக்கி விட்டனர், ஓட்டுனரும், நடத்துனரும்! ஒரு இரண்டு, இரண்டரை மணி நேரப் பயணம் இவ்வளவு சுவாரஸ்யமாக இருக்குமா என்பது சந்தேகம்தான்!

இது தனியார் பேருந்து என்பதால்தான் இத்தனை நிகழ்வுகள் மற்றும் ஒரு நட்பான அணுகுமுறை! ஆனால், எட்டாத மற்றும் தொடர்பு வசதிகள் இல்லாத கடைக்கோடி கிராமங்களுக்குச் செல்லும் எந்தப் பேருந்திலும் இது போன்ற ஒரு நட்பைப் பயணிகளுக்கும், ஓட்டுநர், நடத்துனருக்கும் இடையே காணலாம்! உதாரணமாக, தெங்குமரஹடா, மஞ்சூர், டாப்ஸ்லிப் போன்ற இடங்களுக்குச் செல்லும் அரசுப் பேருந்திலும் இப்படித்தான் ஓர் உறவாடல் காணப்படும். இதுபோன்ற உறவாடல் பயணிகளின் இடையே எல்லாப் பேருந்துகளிலும் இருக்குமா என்பது சந்தேகம்தான்! அல்லது பயணிகள் மற்றும் ஓட்டுநர், நடத்துனர் இடையே இருக்குமா என்பதும் கேள்விக்குறிதான்! ஒரு வேளை இந்த நட்பு உறவாடல்தான் பல பணிக்குச் செல்லும் மக்களை இது போன்ற தனியார் பேருந்துகளை நாடச் செய்கிறதோ? சின்னச் சின்ன நீக்கு போக்கான நடத்தை மற்றும் நட்பான அணுகுமுறை ஒரு பெரும் தாக்கத்தை ஏற்படுத்துகிறது என்றுதான் தோன்றுகிறது. இல்லை என்றால், இந்த இரண்டரை மணி நேரப் பயணம் ஒரு பெரும் அழுத்தத்தைத் தந்திருக்கும்! நேரம் போவதே தெரியாமல் நாங்கள் வெகு எளிதாக மக்களோடு மக்களாக மகிழ்ச்சியாகப் பயணித்தது மட்டுமல்ல, மகிழ்ச்சியாக மற்ற வேலைகளையும் செய்ய இயன்றது!

30. மலைப் பாம்புடன் ஒரு சந்திப்பு

பில்லூர் பகுதியில் கிட்டத்தட்ட ஒன்றரை வருட காலம் உலவி வந்ததால், அவ்வூர் மக்கள் மட்டும் இன்றி, பள்ளி மாணவர்களுக்கும் என்னைத் தெரியும். ஒரு முறை நான் சித்துகணி சென்று திரும்பி வந்து பேருந்து நிலையத்தில் காத்திருக்கும் போது இரண்டு மாணவர்கள் வந்து அறிமுகப்படுத்திக் கொண்டு பேசினர். ‘சார், நீங்க எப்போதும் ஒரே பாதையில்தான் போய் வருகிறீர்கள். நாங்கள் உங்களை வேறு பாதையில் அடுத்த முறை வரும்போது கூட்டிச் செல்கிறோம். உங்களோடு நாங்கள் வருவதால் ஏதாவது புதிதாகத் தெரிந்து கொள்வோம்’ என்று கூறினர்.

எனக்கு அவர்களைக் கூட்டிக் கொண்டு போவதில் இருந்த ஒரே சிக்கல், எந்த விதத்திலும் அவர்களுக்கு ஏதும் நேரக்கூடாது என்ற எண்ணம்தான். தனியனாக நான் எங்குச் சென்றாலும், நேரும் விளைவுகளுக்கு நானேதான் பொறுப்பு என்ற சுலபமான முடிவு, என்னை வேறு யாரையும் அழைத்துப் போக விடவில்லை! ஆனால், அவர்களது ஆர்வம் என்னை ஈர்த்தது; எனக்கும் ஒரு புதிய இடம் பார்த்தது போல இருக்கும் என்று பட்டது. சரியென்று ஒரு வார இறுதியைக் குறிப்பிட்டு, அப்போது அவர்களுடன் வருகிறேன் என்று சொன்னேன். அந்த இருவரும் நடுநிலைப் பள்ளி மாணவர்கள். அதனால், வெகு தூரம் போகாமல், சுமார் இரண்டு அல்லது மூன்று கிலோ மீட்டர் தொலைவு வரை போய் விட்டுத் திரும்பி விடலாம் என்று மனதிற்குள் ஒரு முடிவு செய்தேன்.

அதற்குள் பேருந்து வந்து விட, 'மறக்காமல் நாங்கள் அந்த வாரயிறுதியில் பேருந்து நிலையத்தில் முதல் பேருந்து வரும் நேரத்தில் காத்திருப்போம்,' என்று சொல்லி அவர்கள் அன்று எனக்கு விடை கொடுத்தார்கள். நான் அன்று வரும் போது உள்ள நிலவரத்தைக் கணக்கில் கொண்டு முடிவெடுப்போம் என்று மஞ்சூர் சென்று விட்டேன். அதன் பின் அந்த நாள் வரும் வரை அதைப் பற்றி எண்ணவும் இல்லை.

அந்த முறை முள்ளியில் இருந்து பேருந்தில் வந்து இறங்கும் வரை எனக்கு இந்த விஷயம் நினைவில் இல்லை! பேருந்தில் இருந்து இறங்கும் போது, அவர்கள் இருவரும் நிறுத்தத்தில் காத்திருந்ததைப் பார்த்ததும்தான், எனக்கு எல்லாம் ஞாபகம் வந்தது! உடனே கிளம்பிச் செல்ல, அவர்கள் தயாராக வந்திருந்தனர்! நான் அதிகாலையில் மஞ்சூரில் புறப்படுவதால், (6 மணிக்கு) காலை உணவு சாப்பிட வழி இல்லை. பில்லூரில் வாசுதேவன் நாயர் கடையில்தான் டிபன், சாப்பாடு எல்லாம்! இவர்களோ சாப்பிட்டு விட்டுத் தயாராக இருந்தனர்! எனவே, நாயரிடம் டிபனை கட்டச் சொன்னேன். போகிற வழியில் காட்டில், நீரோடை உள்ள இடத்தில் வைத்துச் சாப்பிட்டுக் கொள்ளலாம் என்ற முடிவுடன் புறப்பட்டேன்.

மிக நீண்ட தொலைவு போவதில்லை என்ற முடிவால், சாப்பாட்டுக்கு வந்து விடலாம் என்ற முடிவுடன் கிளம்பினோம். அந்த இரண்டு இளைஞர்களுக்கும் சில தின்பண்டங்களை (பிஸ்கட், முறுக்கு போல) வாங்கிக் கொண்டு நடக்க ஆரம்பித்தோம். எப்போதும் என்னிடம் ஒரு தண்ணீர் குடுவை பையில் இருக்கும், அதனால் நீர் ஒரு பிரச்னை இல்லை. அவர்களை ஈடுபடுத்தும் வகையில் எனக்குத் தெரிந்த வகையில் பேச்சை நடத்திக் கொண்டு போனேன்.

'எந்த பக்கம் போகலாம் தம்பிகளா?' என்று கேட்டேன். 'சார், பவர் ஹவுஸ் பின்னாலே மலை அடிவாரம் வரை போகலாம். நல்ல பாதை இருக்கு; சின்ன ஓடையும் வரும். நல்லா இருக்கும். நீங்க பாக்கிற பறவையெல்லாம் எங்களுக்குச் சொல்லிக் கொடுங்க,' என்றனர். அது நான் போகாத இடம் என்பதோடு, காட்டின் தன்மையும் அடர்த்தியும் தெரியாது. ஆனால், இவர்கள் அங்கு அடிக்கடி சென்றிருக்கலாம். ஏனென்றால், வேறு பொழுது போக்கு எதுவும் இல்லாத இடம் இது. திட்டப்பணிக் களம் (ப்ராஜெக்ட் ஏரியா). எனவே, விளையாடுவது அல்லது

வெறுமனே காட்டில் அலைவதுதான் அவர்களுக்குப் பொழுதுபோக்கு! இருந்தாலும், நீண்ட தூரம் செல்வதை, பாதுகாப்பு காரணமாகத் தவிர்க்க வேண்டும் என்ற எண்ணத்துடன்தான் நான் நடக்கத் தொடங்கினேன்.

பவர் ஹவுஸ் தாண்டியதும் அவர்கள் சென்ற வேகம் மற்றும் தெளிவான அணுகுமுறை, இது அவர்களுக்குப் புதிய வழி அல்ல என்பதைக் காட்டியது. பல இடங்களில், எந்தப் பாதையைத் தேர்ந்தெடுப்பது, எந்தத் திசையில் செல்வது என்பதில் தயக்கம் இல்லாமல் சென்றனர். காரணம், விறகு வெட்ட மற்றும் பழங்கள், பட்டைகள் சேகரிக்கக் காட்டுக்குள் வருவது சாதாரணச் செயல்தான். ஆயினும் நான் தூரத்தைக் கவனத்தில் வைத்திருந்தேன். எக்காரணம் கொண்டும் வெகுதூரம் செல்லக் கூடாது என்று என்னை நானே ஞாபகப்படுத்திக் கொண்டேன்!

தொடக்கத்திலேயே சிலம்பன்கள் அல்லது பூணியல்கள், கரிச்சான்கள், தேன்சிட்டுகள், புல்புல்கள் என்று வாடிக்கையாகக் காணக்கூடிய பறவைகள் தென்பட்டன. சற்று தூரம் சென்றதும் ஒரு தேன் பருந்து வட்டமிடுவதைப் பார்த்தோம். அதனுடன் ஒரு ஷிக்ராவும் பறந்து கொண்டிருந்தது. அவர்கள் இப்படிப் பல பெயர்களில் பறவைகள் உண்டு என்றறிந்து மகிழ்ந்தனர். நான் இது சாதாரணமாக யாரும் கற்கக் கூடிய கலைதான் என்று தெளிவு படுத்தினேன். என்ன, கொஞ்சம் முயன்று படிக்க வேண்டும்; தொடர்ந்து பயிற்சி செய்ய வேண்டும். அவ்வளவுதான்! அவர்கள் தங்களது சில அனுபவங்களைப் பகிர்ந்து கொண்டனர். பெரும்பாலும் யானைகள் அந்தக் குடியிருப்பில் வந்து சென்ற கதைகள்தான். எப்போதோ ஒரு சிறுத்தை வந்த நிகழ்வையும் விவரித்தனர்.

நல்ல வேளையாக, மூன்றாவது (உத்தேசமாக) கிலோ மீட்டரில் ஓர் ஓடை குறுக்கிட்டது. நான் அங்கே சாப்பிட்டு விட்டு ஓர் அரை மணி நேரம் பறவை நோக்கல் செய்து விட்டுத் திரும்புவது என முடிவு செய்தேன். கோடைக் காலமாதலால், ஓடை வறண்டு கிடந்தது. ஓரிடத்தில் மட்டும் சின்னக் குட்டையாக நீர் தேங்கி இருந்தது. அந்த இடத்துக்கு வந்ததும், ஒரு வித்தியாசமான வாடை வீசுவதை என்னால் உணர முடிந்தது. மிருகக் காட்சிச் சாலையில் ஊனுண்ணி விலங்குகள் இருக்கும் கூண்டிற்கு அருகில் சென்றால் ஒரு வகை வாடை வீசும். காரணம், மாமிசத் துணுக்குகளும், அதன் உடலில் இருந்து வரும் ஒரு வாடையும் கலந்த நெடி அது.

காட்டில், ஊனுண்ணி விலங்குகள் நாம் இருக்கும் இடத்திற்கு அருகில் சென்றாலோ அல்லது இருந்தாலோ அந்த வாடையை நுகர அல்லது உணர முடியும். என்ன, மூக்கு நல்ல திறன் உள்ளதாக இருக்க வேண்டும்! அதே போல யானை அருகில் இருந்தால் ஒரு பச்சை இலை வாடை வீசும்! அதை, பழங்குடி மக்கள் வெகு விரைவாக நுகர்ந்து விடுவார்கள்! எனக்கு அங்கு எந்த விலங்கு இருக்கலாம் என்ற யோசனையை விட எங்கு இருக்கலாம் என்பதுதான் பிரச்னை! ஒரு வேளை ஏதேனும் விலங்கு இறந்து கிடக்கலாம். ஏனெனில், அந்த இடம் அடர்ந்த காடு இல்லை; திறந்த வெளியில் ஓடையோரம் ஒரு சில மரங்கள்; குத்துச் செடிகள் நிறைந்த தரைக் காடு. எனவே பெரிதாக ஏதும் பயப்படத் தேவையில்லை. இருந்தாலும் நாம் ஜாக்கிரதையாக இருக்க வேண்டும் என்று முடிவு செய்தேன்.

பிரச்னை என்னவென்றால், அந்த வாடை விட்டு விட்டு வந்தது. அதாவது, காற்று சற்று வேகமாகவும் எங்கள் பக்கம் வீசும் போதும் அதன் நெடியை உணர முடிந்தது. மற்ற நேரங்களில் பெரிதாக ஏதும் இல்லை. எனக்கு வெகு ஆண்டுகளுக்கு முன் முண்டந்துறைக் காட்டில் தாமிரபரணி நதிக் கரையோரம் ஒரு சிறுத்தையை இது போன்ற நெடியை வைத்துக் கண்டுபிடித்தது ஞாபகம் வந்தது.

கோயில்களில் வவ்வால்கள் இருக்கும் இடங்களை நெருங்கும் போது இது போன்ற ஒரு நெடியை உணரலாம்; கரப்பான் பூச்சிகள் இருக்கும் இடத்திலும் ஒரு வகை நெடியை உணரலாம்; பாம்புப் பண்ணைகளில் அந்த கூடுகளுக்கருகே செல்லும்போது ஒரு வகை நெடியை உணரலாம். ஒவ்வொன்றும் ஒவ்வொரு வகை நெடியாக இருக்கும். பிரித்தறியப் பெரும் பயிற்சி வேண்டும்.

எனக்குச் சிறுவர்கள் இருந்ததால் சற்றுக் கவலையாக இருந்தது. அவர்களைப் பத்திரமாக வீடு சேர்க்க வேண்டுமே! எனவே, இருவரையும் சுற்றுமுற்றும் கவனமாகப் பார்க்கச் சொன்னேன். எந்த அசைவைக் கண்டாலும் உடனே என்னிடம் தெரிவிக்குமாறு கூறினேன். நானும் ஒரு பத்து நிமிடம் எல்லாப் பக்கமும் நோட்டம் விட்டேன். சற்றுப் பரபரப்பு அடங்கிய பின், எங்கே சிற்றுண்டி அருந்தலாம் என்று யோசித்தேன்.

ஓடையின் நடுவில் ஒரு பெரிய பாறை இருந்தது. அது இரு கரைகளிலிருந்து விலகி எல்லாப் பக்கமும் பார்க்கக் கூடிய

வகையில் அமைந்திருந்தது. நான் அதன் மேல் ஏறி அமர்ந்து கொண்டு சுற்றுமுற்றும் கவனமாகப் பார்த்துக் கொண்டே சிற்றுண்டியை முடிக்கலாம் என்று முடிவு செய்தேன். மூவரும் ஒவ்வொரு திசையில் பார்த்தவாறு அமர்ந்து கொண்டோம். ஏதேனும் அசைவு தென்பட்டால், பதட்டப் படாமல் என்ன என்று கண்டுபிடித்து, பின்னர் என்ன செய்யலாம் என்று முடிவு செய்வது என நான் அறிவுறுத்தினேன். காரணம், யானை, காட்டெருமை, கரடி போன்ற பெரிய விலங்குகள் நாங்கள் பார்ப்பதற்கு முன்பே வர வாய்ப்புகள் வெகு குறைவு. செந்நாய் போன்ற சிறிய விலங்குகளால் பெரிய அபாயம் கிடையாது. இருந்தாலும், அந்த வாடை அங்கு ஏதோ இருப்பதை எனக்கு உணர்த்தியது.

குத்துச் செடிகளின் மேல் அதிகக் கவனம் செலுத்தியவாறு நான் எனது காலை உணவை முடித்தேன். சிறுவர்களும் அவர்களது நொறுக்குத் தீனியை முடித்தனர். நான் கை கழுவப் பாறையில் இருந்து இறங்கும் போது, ஒரு சிறுவன் என்னைப் பார்த்தவாறு இருந்தான். திடீரென்று அவன், 'சார், பாம்பு, பாம்பு பாத்து காலை வைங்க,' என்று கூவினான்! நான் ஒரே தாவாகத் தாவி, பாறையில் இருந்து 10 அடி தள்ளிக் குதித்தேன்!

எங்கே பாம்பு என்று நான் பார்த்தால், பாறையின் அடியில் ஒரு சுமாரான அளவில் (10 அடி) ஒரு மலைப் பாம்பு சுருண்டு கிடந்தது! இதை நான் எதிர்பார்க்கவே இல்லை! நல்ல வேளையாக, ஏறும் போது அதைத் தொந்தரவு செய்யாமல் ஏறி விட்டோம். நான் உன்னிப்பாக அதை நோட்டம் விட்டேன். அதற்குள் எங்களது கலாட்டாவினால் அது மெதுவாக நகர்ந்து, எதிர் புறம் இருந்த புதரை நோக்கிச் செல்லத் தொடங்கியது. அதன் நடு வயிறு பெரிதாக உப்பி இருந்தது. நல்ல இரை எடுத்த ஒரு மலைப் பாம்பு என்பது தெளிவானது. ஆகவே மிகவும் பயப்படத் தேவையில்லை என்றும் புரிந்தது. ஏனெனில், அதன் செயல்பாடுகள், இரை எடுத்த பின். மிகவும் மந்தமாகத்தான் இருக்கும். ஆயினும், அதனுடன் விளையாட முடியாது! ஆனால், பெரிதும் கிலேசம் கொள்ளத் தேவையில்லை.

இந்திய மலைப் பாம்பு (Python Molurus) இது போன்ற வறண்ட பிரதேசங்களில்தான் காணப்படும். சிறிய முயல் போன்ற விலங்குகள், மான் குட்டி ஆகியவற்றை உணவாகக் கொள்ளும். அன்று அதிகாலையிலோ அல்லது முன்தினம் இரவிலோ இரை எடுத்திருக்க வேண்டும் என்று ஊகித்தேன். அமைதியாகப்

பாறையின் அடியில் ஓய்வெடுத்துக் கொண்டிருந்த மலைப் பாம்பை நாங்கள் தொல்லை செய்து விட்டோம்! சிறுவர்களுக்குக் கொண்டாட்டம்! காரணம், ஓர் அரிய விலங்கைக் கண்ட மகிழ்ச்சி, அதுவும் கைக்கெட்டும் தொலைவில்!

இப்போது எனக்குப் புரிந்தது, ஏன் அந்த வாடை என்று! இரையுண்ட பாம்பு பாறையின் கீழ் இருந்ததால், அதன் உடலில் இருந்து வந்த மணம் அது என்று! எங்களுக்குக் கீழே பார்க்கத் தோன்றவில்லை! புதர்களில் ஏதோ ஊனுண்ணி மறைந்திருக்கிறது என்ற ஓர் எண்ணம். அந்தப் பையன் பார்க்கவில்லை என்றால், அதன் மேலேயே காலை வைத்திருப்பேன்!

அதன் பின் அதை நாங்கள் தொல்லை செய்யாமல், ஒரு பத்தடி தொலைவில் இருந்து பார்த்துக்கொண்டு இருந்தோம். மிக மெதுவாக அது புதருக்குள் நுழைந்து இலை தழைகள் நிறைந்த காட்டுத் தரையில் சற்று ஓய்வெடுத்தது. பின்னர், மீண்டும் மெதுவாக ஒரு மரத்தடியை நோக்கிப் போகத் தொடங்கியது. நான் அதற்குள் அதை நன்றாகப் படம் எடுக்க எண்ணி அன்று என்னிடம் இருந்த பிலிம் காமிராவில் சில படங்கள் எடுத்தேன். சில மிக அருகில் இருந்து! காரணம், அது அத்தனை மந்தமாகிவிட்டது, மிகுதியான செரிமானமாகாத உணவால்! அதை இந்தக் கட்டுரையுடன் வெளியிட்டுள்ளேன்.

உணவு செரிமானமாக அவற்றுக்கு ஒரு வாரம் முதல் இருபது நாட்கள் ஆகலாம். செரிமானத்தை ஊக்குவிக்க அவை சற்றே வெதுவெதுப்பான அல்லது சூடுள்ள இடத்தை நாடலாம். அது பாறையின் அடியில் மணலில் கிடந்தது இதன் காரணமாக இருக்கலாம்! இதெல்லாம் நான் பின்னர் படித்துத் தெரிந்து கொண்டது! எது எப்படியோ, அன்றைய பயணம், மறக்க இயலாத பயணமாக முடிந்தது. சிறிய தொலைவே சென்று வந்தாலும், பெரிய மன நிறைவைத் தந்த ஒரு சில நடைப் பயணங்களில் இதுவும் ஒன்று!

31. கல்யாண மண்டபத்தில் கூகை

சென்னையில் அன்று அதிகாலை மூன்றரை மணிக்கு வந்து சேர்ந்த அசதியில் நன்றாகத் தூங்கிக் கொண்டிருந்தேன். ஏற்காடு விரைவு வண்டி எப்போதும் முதல் வண்டியாக ஈரோட்டில் இருந்து வரும் நேரம் காலை மூன்றரை. நல்லவேளையாக, எனக்கு வசதியாக அந்நேரத்தில் பேருந்து இருப்பதால், சுகமாக நாலு, நாலரைக்கெல்லாம் வீட்டை அடைந்து விடுவேன். பின் ஒரு நல்ல தூக்கம் போட்டுவிட்டு, எட்டு மணிக்கு எழுந்து என் வேலைகளைப் பார்க்கத் துவங்குவேன். பெரும்பாலும் எனது தூக்கத்தை எந்தத் தொலைபேசி அழைப்பும் கெடுக்காது. மிக்கவாறும் எல்லோரும் எட்டு மணிக்கு மேல்தான் சுறுசுறுப்பாவது வழக்கம்.

அன்று ஏழு மணிக்கு கைபேசி அலறியது. யார் அந்த நேரத்தில் என்று யோசித்தவாறு அரைத் தூக்கத்தில் எடுத்தேன். சத்தியமங்கலம் ஸ்ரீராம் மறு முனையில் பேசினார். 'அண்ணா, நம்ம கல்யாண மண்டபத்தில ஒரு ஆந்தை மாட்டிண்டுடுத்து. அத எடுத்து வெளிய விடணும். நீங்க பாரஸ்ட் காராட்ட கொஞ்சம் சொல்ல முடியுமா?' என்றார். விஷயத்தைக் கேட்டதும் எனக்குத் தூக்கம் கலைந்து போனது! ஆந்தையா, அது எங்கே ஊருக்குள் வந்தது என்று யோசித்தவாறு, 'ஏம்ப்பா, உனக்கே டி.எஃப்.ஓவைத் தெரியுமே? நேரே பேச வேண்டியதுதானே?' என்றேன். அவர், 'அண்ணா, நான் சென்னையில் இருக்கிறேன், அதனால்தான் உங்களைக் கேட்கிறேன்' என்றார்! 'நானும்

சென்னையில்தான் இருக்கிறேன். ஆனாலும், பேசுகிறேன்' என்று சொல்லி கைபேசியை வைத்தேன்.

வாட்ஸப் இருப்பது எவ்வளவு உபயோகம் என்று அப்போது தெரிந்தது! சரகருக்கும், டி.எஃப்.ஓவுக்கும் குறுஞ்செய்தி அனுப்பினேன். இதுபோல ஓர் ஆந்தை சத்தி நகரின் மையப்பகுதியில் உள்ள கல்யாண மண்டபத்தில் சிக்கிக் கொண்டுள்ளது, தயவு செய்து அதை மீட்க ஏற்பாடு செய்யவும் என்று. அவர்கள் சற்று நேரத்தில், அலுவலர்கள் அனுப்பப்படுவர் என்று உறுதிப்படுத்தினர். அதற்குள் நண்பர் ஸ்ரீராம், ஆந்தையின் படத்தை அனுப்பினார். பார்த்தவுடன், அது கூகை என்பது தெளிவானது. ஆங்கிலத்தில், Barn Owl என்று அறியப்படும் நமது கூகை அல்லது களஞ்சிய ஆந்தை (நேரடி தமிழாக்கம்) அது. சாதாரணமாக இது நகரப் பகுதிகளில் காணப்படுவதோடு, கிராமப் புறங்களிலும் காணப்படும் ஆந்தை.

சென்னையில் திருவல்லிக் கேணியில் இதை நான் பார்த்திருக்கிறேன். அங்குள்ள மசூதியின் கூம்பு வடிவ ஸ்தூபிகளில் கூடு வைத்துப் பார்த்திருக்கிறேன். இரவு பத்து மணி அளவில் அவை திருவல்லிக்கேணி நெடுஞ் சாலையில் குறுக்கும் நெடுக்கும் பறக்கும். திருநள்ளாறு கோயில் கோபுரத்தில் வாழும் பறவைகளில் இதுவும் ஒன்று. இவற்றின் உணவு, எலிகள், சிறு பூனைக்குட்டிகள், நாய்க்குட்டிகள், பெருச்சாளிகள், அசைவ உணவுக்கூடங்களில் வீசப்படும் மாமிசத் துணுக்குகள் போன்றவை. மிக அமைதியாகப் பறப்பதாலும், சட்டென்று புலப்படாத நடத்தையாலும் இவற்றைப் பலர் பார்ப்பதே இல்லை! மற்றொன்று, பழைய இடிபாடுகளிலும், பழங்காலக் கட்டடங்களிலும் இவை கூடு வைப்பதால், சட்டென்று யார் கண்ணிலும் தென்படாது!

என்னுடைய அடுத்த கவலை, 'இது ஏன் இந்தக் கல்யாண மண்டபத்துக்கு வந்தது?' என்பதுதான்! சத்தி, சென்னை போன்ற பெரு நகர் இல்லை என்பதால், கூகைகள் அதிகம் இருக்க வாய்ப்பு

உண்டுதான். ஆனால் கல்யாண மண்டபத்தில் என்ன வேலை அதற்கு? எனக்குத் தெரிந்த வரை இரண்டு காரணங்கள்தான் இருக்கச் சாத்தியம். ஒன்று, அந்தக் கல்யாண மண்டபத்தில் கண்ணாடித் தடுப்புகள் சுவர் போல முதல் மாடியில் பொருத்தப்பட்டு இருக்கும். கிட்டத்தட்ட கண்ணாடி மாளிகை போல! அதனால், அதில் மோதி ஆந்தை விழுந்திருக்கலாம்; அதிர்ச்சியில் அப்படியே கிடந்திருக்கலாம்.

இரண்டாவது, கல்யாண மண்டபத்தில் பல ரக மக்கள் கல்யாணம் நடத்துவதால், அசைவ உணவு மிச்சமாவது இயல்பு. அதை நாடி எலிகள், பெருச்சாளிகள், பூனைகள் வரலாம். அவற்றை வேட்டையாட ஆந்தை வருவது இயல்புதான். சுற்றுமுற்றும் பல சிதிலமடைந்த கட்டடங்கள் வெகுவாக இருக்கின்றன. ஆகவே, கூகைக்கு இது ஓர் இயல்பான வேட்டையாடும் இடமாக (இரவில்) இருக்கலாம். தவறிப் போய் உள்ளே சிக்கி இருக்கலாம். எனக்கென்னவோ, இரண்டாவது காரணம் இருக்க சாத்தியக்கூறு அதிகம் என்று பட்டது! ஆனால், நானோ சென்னையில் இருக்கிறேன். நேரில் சென்று பார்க்க இயலாது என்பதோடு, மீட்புப் பணியிலும் கலந்துகொள்ள இயலாது! வனத் துறையினர் நல்லபடி மீட்டு ஆந்தையை வெளிக்கொணர்வர் என்ற நம்பிக்கையில் இருக்க வேண்டியதுதான்.

ஆந்தையை மீட்டால் என்ன செய்ய வேண்டும் என்பதை மட்டும் ஸ்ரீராம் மனைவி அபிதாவிடம் சொன்னேன். ஒரு துளையிட்ட அட்டைப்பெட்டியில் அதை வனத்துறையினர் வரும் வரை வைத்திருந்து கொடுக்கச் சொன்னேன். வேலையாட்கள் ஆந்தையைப் பிடிக்கப் போனால், கவனமாகக் கையாள வேண்டும் என்று அறிவுறுத்தினேன். அரை மணி நேரத்தில் அபிதா போன் செய்து, வேலுச்சாமி ஆந்தையை அது கிடந்த இடுக்கில் இருந்து மீட்டு, படிகளில் வைத்து இருப்பதாகச் சொன்னாள். கூடவே, ஒரு சில போட்டோக்களையும் அனுப்பி இருந்தாள். அதைப் பார்த்தபோது, அது கூகை என்று உறுதி ஆயிற்று. அதிர்ச்சியில் அப்படியே கிடப்பது போலத் தோன்றியது. எனவே, முன் சொன்னது போல அட்டைப்பெட்டியில் கவனமாக வைத்து வனத்துறை ஊழியர்களிடம் ஒப்படைக்குமாறு போனில் சொன்னேன்.

இன்னொரு அரை மணியில், வனத்துறை ஊழியர்களிடம் ஒப்படைத்த விவரமும் எனக்கு வந்தது. அவர்கள் அதை

எடுத்துக்கொண்டு சென்றதும் வனத்துறை மூலம் தெரிந்தது. என்ன, ஏதேனும் காயம் ஆந்தைக்கு பட்டிருக்குமா என்ற என் கவலைக்குப் பதில் இல்லை! அதைப் பார்க்க யாருக்கும் நேரமும் இல்லை; சமயோசித எண்ணமும் இல்லை. அபிதாவுக்கு அதற்கு மேல் இதில் கவனம் செலுத்த நேரம் இல்லை; மனமும் இல்லை! நல்ல வேளையாக, மாலை நாலு மணிக்கு டி.எஃப்.ஓ ஒரு வீடியோவை அனுப்பினார். அதில் காட்டில் விட்ட ஆந்தை பறந்து போகும் காட்சியைக் கண்டதும், ஆந்தை சேதாரம் இல்லாமல் பிழைத்தது தெரிந்தது! பெருமூச்சு விட்டேன்! ஒரு நல்ல மீட்புப் பணி நடந்தது என்று!

சத்திக்கு வந்ததும், வேலுச்சாமியை அழைத்து என்ன நடந்தது என்று விசாரித்தேன். ஞாயிறு காலை கல்யாண மண்டபத்தைச் சுத்தம் செய்ய வந்தவர், ஆந்தை கிடந்ததைப் பார்த்து அபிதாவுக்குத் தகவல் சொல்லியிருக்கிறார். அபிதா உடனே வேலுவை அழைத்து ஆந்தையை எடுத்து விட முடியுமா என்று கேட்டிருக்கிறார். வேலு மேலே (முதல் மாடி) சென்று நிலைமையை அவதானித்திருக்கிறார். கண்ணாடிச் சுவருக்கும், கான்கிரீட் தளத்திற்கும் இடையில் உள்ள ஓர் இடைவெளியில் அது கிடந்திருக்கிறது.

சிறிய கால்வாய் போன்ற அதன் முடிவில், கண்ணாடி அறைக்கும், படிக்கட்டுக்கும் போகும் ஓர் இடைவெளி இருக்கிறது. ஆந்தையால் கால்வாயில் சிறகை விரிக்க இயலவில்லை; காரணம் கால்வாய் மிகவும் குறுகியது. மூன்றாம் மாடி திறந்தவெளி. அதன் வழியாகத்தான் அது வந்து, முதல் மாடி கண்ணாடி மண்டபத்தில் நுழைந்திருக்க வாய்ப்பு. ஒரு வேளை எதையாவது விரட்டிக்கொண்டும் (எலி, பூனை போல) வந்திருக்கலாம்; அது இடைவெளி வழியே கால்வாயின் உள்ளே நுழைவதைக் கண்டு பின்தொடர்ந்துவந்து மாட்டிக் கொண்டிருக்கலாம். அல்லது, கண்ணாடி இருப்பது தெரியாமல், வெளியே பறக்க முயன்று கண்ணாடியில் முட்டி, பின் இடைவெளியில் நுழைந்து சிக்கிக் கொண்டிருக்கலாம். ஆக மொத்தம், அது அந்தச் சிறிய இடைவெளியில் சிக்கித் தவித்துக் கொண்டிருந்தது. வேலு அது கொக்கு போன்ற பறவை என்று எண்ணி, கையால் எடுக்கக் குனிந்திருக்கிறார்!

அப்போது கூகை, பாம்பு போல் உஸ்ஸென்று சீறி இருக்கிறது! கூகைகள் அதுபோல் சீறுவது ஒரு தற்காப்புச் செயல்! அதன்

சீறலும், மந்தி போன்ற முகமும் வேலுவைப் பயமுறுத்தி விட, அவர் பின் வாங்கி, என்ன செய்யலாம் என்று யோசித்தார்! பழைய தமிழ் இலக்கியம் நற்றிணை காலத்திலேயே மக்கள் ஆந்தையின் அலறலுக்குப் பயந்தார்கள் என்றால், வேலு எம்மாத்திரம்?

'வலிமைமிகு கூகையே! ஊர் வாசலில் நீர்த்துறையில் நிற்கும், கடவுள் இருப்பதாகக் கருதப்படும் மரத்தில் இருப்பாய். வளைந்த வாய், தெளிந்த கண்கள், கூரிய நகங்கள் உடைய நீ, உன் வாயால் பிறரை வருத்துகிறாய். உனக்கு ஆட்டு மாமிசத்தோடு நெய் கலந்த சோறு தருவோம். வெள்ளெலியின் சூட்டிறைச்சியும் தருவோம். என் காதலர் வரும் இரவு நேரத்தில் பயமுறுத்தும் சப்தத்தைப் போடாமல் இரு' – (நற்றிணை 83).

மேலும், அந்த ஆந்தை நெடுநேரம் தவித்துக் கொண்டிருந்ததால், சற்றுக் கோபத்தில் இருந்திருக்கவும் வாய்ப்பு உண்டு! அதன் பின், வேலு வீட்டிற்குப் போய் ஒரு கொக்கி போன்ற கொம்பைக் கொண்டு வந்து, ஆந்தையின் அடியில் கொடுத்து மேலே தூக்கியுள்ளார். அவரது நல்ல நேரம், கூகை சரியாக அந்த இடைவெளிக்கு எதிரே வந்ததும் கண்ணாடி அறைக்கு வெளியே உள்ள படிக்கட்டில் போய் அமர்ந்து கொண்டது! அதை அதே இடத்தில் இருக்கும்படி கையில் கம்புடன் காவல் இருந்திருக்கிறார். பின்னர் நான் சொன்னது போல மெதுவாகப் பிடித்து, அட்டைப்பெட்டியில் ஏற்றி விட்டார். அதன் பின் பெட்டியுடன் ஆந்தையை வனத்துறை நண்பர்கள் வந்ததும் தந்து விட்டார்.

வனத்துறையினர் அதை அருகிலுள்ள காட்டில் கொண்டு சென்று விடுவித்தனர். உண்மையில், அதைக் காட்டில் விடவேண்டிய அவசியம் இல்லைதான். ஏனெனில், கூகைகள் நாட்டை ஒட்டி வாழ்பவை. ஆயினும், அந்த நேரத்தில் அவர்கள் செய்த இந்த உதவி, அவர்கள் வரை சரியானது.

கூகைகளின் வாழிடம் பரவலானது என்பதைச் சுந்தரர் தேவாரத்தில் இருந்து அறியலாம்! அவர், கோடிக்கரை குழகரை வர்ணிக்கும் போது, 'கடிதாய் வந்து கடற்காற்று எத்த, கூகை குழற....தனியனாய் வந்து ஏன் இருந்தீரே' என்று பாடுகிறார்!

கடற்கரைப் பகுதியான நெய்தல் நிலத்திலும் இவை இருக்கும் என்பது தெரிகிறது. 'ஆந்தை அலறும் சுரபுன்னைக் காட்டின் நடுவே ஏனய்யா இருக்கிறீர்' என்று சிவனின் நிலை கண்டு வருந்துகிறார்!

கூகை ஓரிரு நாட்களில் அதன் இருப்பிடத்திற்கு நிச்சயம் வந்து விடும்! அவற்றின் திசை அறியும் திறன் அலாதியானது! வருடா வருடம் மங்கோலியாவில் இருந்து தென்னாப்பிரிக்கா வரை வலசை போகும் ஆமூர் வல்லூறுகள் எப்படித் திசை அறிந்து சென்று வருகின்றன என்ற ஆராய்ச்சி இன்னும் முடிவடையவில்லை!

இப்படியாக, கூகை என்னை, சென்னையில் இருந்தாலும், விடாது வன உயிரினம் தொடர்பான வேலையில் ஈடுபட வைத்துவிட்டது. என்ன, நேரில் பார்க்க இயலாது போனதும் விடுவித்தலில் பங்கேற்காததும்தான் வருத்தம்!

32. வங்கி வாசற் கதவில் வெள்ளிக்கோல் வரையன் பாம்பு

வங்கியில் பணிபுரியும் போது, கட்டாயமாகக் கிராமப்புறக் கிளைகளில் சேவை செய்ய வேண்டும் என்பது அந்நாளைய விதி. தற்போது அது நீர்த்துப் போய் பல மாற்றங்கள் வந்து விட்டன. இதன் காரணமாகத்தான் நான் மஞ்சூர் சென்றேன். நல்ல இயற்கைச் சூழலில் ஓர் இரண்டு, மூன்று வருடங்கள் இருந்து விட்டு வருவதோடு, நீலகிரியின் கால் படாத இடங்களையும் பார்த்து விட்டு வரலாம் என்ற எண்ணமும் உண்டு! அது பெருமளவு நிறைவேறியது உண்மைதான். ஊசி மலை, கெரப்பாடு, லக்டி முனை, தாய் சோலை, காரிங்க்டன், கிழக்கு வராகஹப்பள்ளம் என்று பல இடங்களில் நடந்தே சென்ற அனுபவங்கள் என் வாழ்நாளில் மறக்க இயலாதவை!

ஆனால், துரதிர்ஷ்டவசமாக, மஞ்சூரை நகரப் பகுதியாக அறிவித்து விட்டனர்! உண்மையில், அது கிராமத்தை விட மோசம் என்பதை அந்த ஊரை அறிந்தவர்கள் ஒப்புக் கொள்வார்கள்! ஆனால், அரசின் அளவுகோல்கள் வேறு என்பதோடு, அரசியல் தலையீடும் உண்மை நிலையை மாற்றி விடும்! அது எப்படியோ போகட்டும்! இதன் விளைவாக நான் கிராமப்புறக் கிளைச் சேவையை வேறு ஒரு கிளையில் மீண்டும் செய்ய நேர்ந்தது! நல்லவேளையாக, எனக்கு முன்னுரிமை தந்து அந்தக் கோட்டத்தில் உள்ள மூன்று கிளைகளில் ஒன்றைத் தேர்ந்தெடுக்கச் சொன்னார்கள். நான் கோவையின் அருகே உள்ள சின்னத் தடாகத்தை அடுத்துள்ள நஞ்சுண்டாபுரத்தைத் தேர்ந்தெடுத்தேன். அது கிராமப்புறக் கிளை என்று

அறியப்பட்டது; மஞ்சூர் நகரக் கிளை என்று அறியப்பட்டது! Paradox of error என்று ஆங்கிலத்தில் சொல்வார்கள். அதற்கு இதை விட நல்ல எடுத்துக்காட்டு எதுவும் இல்லை!

இப்படியாக நான் நஞ்சுண்டாபுரம் வந்தடைந்தேன்! நஞ்சுண்டாபுரம் ஒரு சிறிய கிராமம், ஆனால் பெரிய ஊரை அடுத்து இருக்கும் சிற்றூர். நகரத்தைப் போல எல்லா வசதிகளும் கொண்ட இடம். பெரிய நகரமான கோவை கூப்பிடு தூரத்தில் இருப்பதால், கிட்டத்தட்ட நகரம் போலத்தான்! ஊரின் பின்புறம், ஆனைகட்டியில் இருந்து பிரியும் ஒரு மலைத்தொடர் குருடம்பாளையம் வழியாக பெரியநாயக்கன்பாளையம் வரை போகும். மிகவும் அறியப்பட்ட பொன்னூத்து மற்றும் பாலமலைக் கோயில்கள் இந்தப் பகுதியில்தான் உள்ளன. ஊரின் கடைக்கோடி மலை அடிவாரம்தான்.

எங்கள் வங்கிக் கிளை ஒரு தென்னந்தோப்பில் இருந்தது. தோப்பின் முன்புறத்தில் ஒரு தார்சுக் கட்டடம் வங்கியாகச் செயல்பட்டது. பின்னே கவுண்டரின் வீடு. அவ்வப்போது காப்பி, டீ போன்றவை கிடைக்கும்! அடுத்து சில ஊர்களுக்கும் சேர்த்து இதுதான் வங்கி. சின்னத் தடாகத்தையும் துடியலூரையும் இணைக்கும் சாலையில் தடாகத்தின் அருகே அமைந்திருந்தது. கோவையில் இருந்து பேருந்து வசதி நன்றாகவே இருந்தது. எனக்கு இந்தக் கிளையும் பிடித்துப் போனது! காரணம், பெரும்பாலும் வெள்ளந்தியான மக்கள், நிறைவான பணி, மலை அடிவாரத்தில் கிளை, சுற்றுமுற்றும் ரம்மியமான சூழல் என்று அற்புதமாக இருந்ததுதான்! மேலும் நினைத்தால் ஆனைகட்டி போகலாம், காரணம், சாலிம் அலி பறவைகள் ஆராய்ச்சி மையத்தின் கணக்குகள் எங்கள் வங்கியில்தான் இருந்தன! இப்படி ஜாலியாக எனது பணி அங்குத் தொடர்ந்தது!

அதிகாரிகளாகிய நாங்கள் (மேலாளர், நான் மற்றும் ஒருவர்) சாதாரணமாகக் காலை 9.45 அல்லது 9.50 மணிக்கு வருவோம். 9.30 மணிக்கு வரப்பாளையத்தில் (அருகில் உள்ள சிற்றூர்) இருந்து பகுதி நேரத் துப்புரவுப் பணியாளர் மல்லிகா வருவார்; அடுத்தப் பத்து நிமிடத்தில் (வாட்ச்மேன்) ஆயுதக் காவலர் ராஜா வந்து விடுவார். நாங்கள் வரும்போது கிளை சுத்தமாகவும், தயாராகவும் இருக்கும். வெகு சில நேரங்களில் மட்டுமே இந்த நடைமுறை பிறழும். அன்று நான் பேருந்தில் இருந்து இறங்கி கிளையை நோக்கி நடக்கும் போது, எதிரில் வந்த மணிகண்டன், 'சார், இன்னும் கிளையை திறக்கல்லே' என்றார். என்னடா இது சோதனை என்று நடையை எட்டிப் போட்டேன்.

தோப்பின் ஆரம்பத்தில் ஒரு சின்னக் கூட்டம் நின்று கொண்டிருந்ததைப் பார்த்தேன். அவர்கள் நான் நெருங்கியதும், ‘சார் வந்தாச்சு. ஏதாவது செய்வார்’ என்று பேசிக் கொண்டார்கள்! அதற்குள் ராஜா வந்து, ‘சார், கிரில் கேட்டு மேல பாம்பு இருக்கு. அதனாலேதான் திறக்கல்லே சார்’ என்றார்! எல்லோரும் ஆவலாக என்னையே பார்த்தனர்! நான் சற்று முன்னேறி, கேட்டின் முன் சென்று நின்று நோட்டம் விட்டேன். இரும்புக் கம்பிகள் கொண்ட இடைவெளி உள்ள இழுக்கும் வகையில் அமைந்த வெளிக் கதவு அது. தமிழில் வலைத்தட்டிக் கதவு என்று சொல்லலாம். அதன் மேல் கம்பியில் பூட்டுக்குச் சற்று மேலே ஒரு இரண்டு மூன்று கம்பிகளை இணைத்தவாறு ஓர் அடி நீளமுள்ள பாம்பு சுற்றிக் கிடந்தது! வெகு கவனமாகச் சென்று மெதுவாகப் பூட்டைத் திறக்க இயலாத நிலை. பாம்பு விஷமுள்ளதா என்று வேறு தெரியாத நிலை! என்ன செய்யலாம் என்று யோசித்தேன். அதற்குள் மற்ற இணை அதிகாரிகளும் வந்து விட்டனர். அவர்கள் யாராவது பாம்பு பிடிக்கும் நபரை நாடலாம் என்று யோசனை தெரிவித்தனர்.

அது நல்ல யோசனை என்றாலும், பாம்பு பிடிப்பவர் வரத் தாமதம் ஆகும். அதுவரை எல்லோரும் வங்கிப் பணியை மேற்கொள்ள இயலாது. நான் இன்னும் சற்று அருகில் சென்று நோக்கினேன். சின்ன பாம்புதான் என்று புரிந்தது. கிரில் வளைவுகளில் பின்னிக் கிடப்பதால், சற்றுப் பெரிதாகத் தெரிகிறது என்று பட்டது. ஒரு நீண்ட கழி அல்லது குச்சி இருந்தால், அப்படியே தட்டி விட்டு, பின்னர் மற்றொருவர் அதைத் தரையில் வைத்துப் பிடித்து விடலாம் என்று பட்டது. ஆனால், தரையில் விழுந்தால், யார் பிடிப்பார்கள்? அதற்கு யாரும் தயாராக இல்லை! இதற்குள் அது நாகப்பாம்பு என்ற புரளியை வேறு கிளப்பி விட்டனர்! நம் மக்களுக்கு எல்லாமே நாகம்தான்! மேலும், மக்கள் பாம்பை அடித்துக் கொன்று விடுவார்கள். முடிந்தவரை நான் அதைக் காப்பாற்ற எண்ணினேன்.

ஒரு நீண்ட கழியைக் கொண்டு வரச் சொன்னேன். எல்லோரையும் நன்றாக விலகி இருக்கச் சொன்னேன். எனது மதிய உணவுப் பை மற்றும் சில கோப்புகளை ராஜாவிடம் தந்தேன். ஒரு வேளை பாம்பு கீழே விழுந்து விட்டால், பதற வேண்டாம் என்று எச்சரித்தேன். நான் அதை எப்படியும் செயலிழக்க வைத்து விடுவேன் என்று தைரியம் சொன்னேன். ராஜாவிடம் யாரையும் என் அருகே வர விட வேண்டாம் என்று கட்டளை இட்டு விட்டு, நான் கிரில் கேட்டுக்கு இணையாக நின்று கொண்டு, பாம்பின்

உடல் பகுதியின் நடுவில் மெதுவாகக் குச்சியை வைத்துச் சோதித்தேன். அது பெரிதாக அலட்டிக் கொள்ளவில்லை; லேசாக நெம்பினேன். தலையைத் தூக்கிப் பார்த்தது. தட்டையான உருண்டைத் தலை எனக்குத் தெரிந்தது. அப்பாடா, விஷமுள்ள பாம்பு அல்ல என்று பெருமூச்சு விட்டேன். இதனால், சற்றுத் தைரியம் கூடியது. இன்னும் சற்று முன்னே போய்க் குச்சியைச் சுழற்றும் நிலையில் நின்று கொண்டேன்!

இப்போது பாம்பைத் தெளிவாகக் காண முடிந்தது. அது மெதுவாக நகரத் தொடங்கியது. விட்டால், உள்ளே சென்று விடும் என்று குச்சியை லேசாகச் சுழற்றினேன். பாம்பு சின்ன அசைவுக்குப் பின், மெதுவாகக் கழியில் ஏறியது. அது நல்ல நீளமான ஒட்டடைக் குச்சி போன்ற கழி. ஆகவே பெரிதாக நான் பயப்படவில்லை. ஆனால், அதன் அசைவிலே கண்ணாக இருந்தேன். கிட்டத்தட்ட பாம்பின் முக்கால் உடல் கழியில் வந்ததும், சின்ன இழுப்பு ஒன்றைக் கொடுத்தேன்! என்னுடைய நல்ல நேரம், பாம்பு கழியில் நன்றாகச் சுற்றிக் கொண்டது! என் கைக்கும் பாம்பிற்கும் சுமார் ஆறு அடி தூரம் இருக்கும். கிலேசம் இல்லாமல் நான் ராஜாவிடம் எனக்கு ஒரு வழி ஏற்படுத்தித் தருமாறு கூறினேன். ஏனென்றால், சுற்றிலும் மக்கள் கூட்டம். எனவே நான் கழியைச் சுழற்றி திரும்ப வேண்டும். அருகில் யாரும் இல்லாமல் பார்த்துக்கொள்ள வேண்டும்.

ஒரு பெரிய அரை வட்டம் ஒன்றை ராஜா ஏற்படுத்திய பின் நான் மெதுவாகக் கழியில் பாம்புடன் வங்கி வளாகத்தை விட்டு

வெளியேறத் துவங்கினேன்.ஆரம்பம் முதலே எனக்கு அதை அடித்துக் கொல்லுவதில் இஷ்டம் இல்லை. எப்படியாவது அதைச் சேதம் இல்லாமல் மீட்டு, அடுத்துள்ள புதர்களில் விட்டு விட வேண்டும் என்பதுதான் எண்ணம். இவர்களிடம் விட்டால், அதைக் கொன்று விடுவார்கள். அது நல்லதல்ல. மேலும் இது விஷமில்லாத ஒரு சாதாரணப் பாம்பு. அருகிலுள்ள புதர்களில் விடுவதால் எந்தப் பாதகமும் இல்லை. இப்படியாக யோசித்துக் கொண்டு நான் ஊருக்குப் போகும் சாலைப் பிரிவை அடைந்தேன்.

அந்தப் பிரிவின் எல்லையில் ஒரு பெரிய மயில்கொன்றை மரம் இருந்தது. சாதாரணமாக அதை எல்லோரும் குல்மொஹர் என்று சொல்வார்கள். நல்ல கோடைக் காலத்தில் செந்நிறப் பூக்களுடன் ஜாஜ்வல்யமாக இருக்கும்! எனது கண்ணில் அதன் தண்டில், ஏழு அடி உயரத்தில் ஒரு பொந்து இருப்பது பட்டது. ஆகா, புதரை விட இது சிறந்த இடம் அல்லவா என்று தோன்றியது! மிகக் கவனமாகக் கழியை அந்தப் பொந்தில் வைத்து ஓர் உலுக்கு உலுக்கினேன்! பொத்தென்று பாம்பு அதற்குள் விழுந்தது! இனி அதை யாராலும் பிடித்து அடிக்க இயலாது!

அது வரை அமைதியாகப் பார்த்துக் கொண்டிருந்த மக்கள் மற்றும் சக ஊழியர்கள், கைதட்டி ஆரவாரம் செய்தனர்! 'சார், சூப்பர், சார்! எப்படி சார் இப்பிடிப் பிடிச்சீங்க?' என்று பாராட்டினர். எனக்கும் அவர்களுக்கும் இருந்த வேறுபாடு, நான் அதிகம் பதறவில்லை, அவ்வளவுதான்! மற்றபடி இது ஒன்றும் பெரிய சாதனை இல்லை! சற்று யோசித்துச் செயல்பட வேண்டும். அந்தப் பாம்பை கழியில் வெகு அருகே பார்த்த போது அதன் அங்க அடையாளங்களை மனதில் குறித்துக் கொண்டேன். உடலின் நிறம்; பட்டைகள்; தலையின் வடிவம் என்று. மென்மையான செதில்களுடன் கரிய அல்லது பழுப்பு நிற உடலில் வெள்ளை நிறக் குறுக்கு வரிகள்; தட்டையான தலை; பளபளப்பான உடல் என்று சில முக்கியமானவற்றை நான் மனதில் இருத்திக் கொண்டேன்.

பின்னர், இந்தியப் பாம்புகள் கையேட்டைச் சரிபார்த்த போது, அது 'வுல்ப் ஸ்னேக்' என்று தெரிந்தது. 'வெள்ளிக்கோல் வரையன்' என்று தமிழில் சொல்வர். சிலர் 'திருவிதாங்கூர் ஓநாய் பாம்பு' என்றும் கூறுவர். இந்த வகைப் பாம்பு சுவர் பற்றி ஏறும் திறன் கொண்டது. இரவு நேரங்களில் சுறுசுறுப்பாக இரையை வேட்டையாடும். அரணை, பல்லி போன்றவற்றை வேட்டையாடி உண்ணும். இது… போதாதா.

இந்தப் பாம்பு ஏன் கிரில் கேட்டில் ஏறியது என்று தெரிந்துகொள்ள எப்படியோ, அன்று முழுவதும் வங்கிக்கு ஏதோ ஒரு சாக்கில் மக்கள் வந்த வண்ணம் இருந்தனர். சாதாரணமாக வருபவர்களைக் காட்டிலும் கூடுதல் மக்கள், ஆனால் பெரிய அளவில் பரிவர்த்தனைகள் இல்லை. எனக்கு முதலில் புரியவில்லை. பின்னர் பாம்பு பிடித்த மேனேஜரைக் காணத்தான் இத்தனை பேர் வந்து போகிறார்கள் என்று ராஜா சொன்னதும்தான் விளங்கியது! அவர்கள் இது வரை பாம்பு பிடிக்கும் மேனேஜரைக் கண்டதில்லை! கண்டு ஓடும் மேனேஜரைத்தான் பார்த்திருப்பார்கள்! நல்லவேளையாக, அதன் பின் ஊரில் பாம்பு பிடிக்க என்னை யாரும் கூப்பிடவில்லை! அது வரையில் நல்லதுதான்! அதுவே பெரிய நாகம் அல்லது கட்டு விரியனாக இருந்திருந்தால், என்ன செய்திருப்பேன் என்று கூற முடியாது! ஆனால், கட்டாயம் பதறி இருக்க மாட்டேன். வேறு யோசனையோ அல்லது வனத்துறை உதவியையோ நாடியிருக்கலாம்! தெரியாது! போன மாதம் சத்தியமங்கலத்தில் அடுத்த தெருவில் இதே வெள்ளிக்கோல் வரையன் ஒரு வாளியில் கிடந்து அங்குள்ளவரை எல்லாம் பதறடித்துக் கொண்டிருந்தான்!

www.ingramcontent.com/pod-product-compliance
Lightning Source LLC
LaVergne TN
LVHW060455051026
849518LV00002B/772
9788196791971